द लिटिल गाइड टू

ग्रेटर ग्लोरी

अँड अ

हॅपिअर लाईफ

(दैदिप्यमान व सुखी जीवनासाठी उपयुक्त मार्गदर्शिका)

श्री एम

सकाळ प्रकाशन

सकाळ प्रकाशन

The Little Guide to Greater Glory and a Happier Life

First published by Magenta Press & Publication Pvt. Ltd.

द लिटिल गाइड टू ग्रेटर ग्लोरी अँड अ हॅपिअर लाईफ

२०२५, श्री एम

प्रथम आवृत्ती : ऑक्टोबर २०२५

प्रकाशक : सकाळ मीडिया प्रा. लि.
५९५, बुधवार पेठ, पुणे ४११ ००२

अनुवादक : श्री. वि. पटवर्धन

संपादन : अंजली इंगवले

मांडणी : अपूर्वा सेलूकर

मुद्रणस्थळ : विकास प्रिंटिंग ॲण्ड कॅरिअर्स प्रा. लि.
प्लॉट नं. ३२, एमआयडीसी, सातपूर, नाशिक

ISBN : 978-93-49487-00-0

संपर्क : ९८८१५ ९८८१५ / ८८८८८ ४९०५०
sakalprakashan@esakal.com

Disclaimer :

This is a work of fiction. Names, characters, places and incidents are either the product of the author's imagination or are used fictitiously and any resemblance to any actual person, living or dead, events or locales is entirely coincidental. The views expressed in this book are those of the Authors and do not necessarily refl ect the views of the Publishers.

माझे परमगुरू श्रीगुरू बाबाजी

माझे गुरू श्री महेश्वरनाथ बाबाजी

अनुक्रमणिका

‘एम’ यांच्याविषयी

एका अनोळखी व्यक्तीला या मुलाने पाहिलं तेव्हा तो केवळ आठ वर्षांचा होता. केरळची सुंदर राजधानी त्रिवेंद्रम येथे वास्तव्यास असलेल्या दाक्षिणात्य मुस्लीम कुटुंबातील तो मुलगा होता. प्रेषित मोहम्मद यांना आशीर्वाद देणाऱ्या देवदूतांच्या व इतर अनेक साधू-संतांच्या गोष्टी त्याने त्याच्या श्रद्धाळू आजीकडून ऐकल्या होत्या. प्रथम, हा माणूस कोणी तरी देवदूतच आहे असं त्याला वाटलं व तो घाबरला होता.

त्याच्या घरामागील फणसाच्या झाडाखाली तो तेजस्वी पुरुष उभा होता. या मुलाचे पाय जागच्या जागी खिळून राहिले. ती व्यक्ती पुढे येऊ लागली. ती व्यक्ती कोणी देवदूत नव्हती.

त्या माणसाच्या कमरेला केवळ एक लंगोटी होती, त्याचे केस लांबसडक होते व हनुवटीवर विरळ अशी दाढी होती.

या मुलाच्या खांद्याला स्पर्श करत तो मल्याळीमध्ये म्हणाला, ‘‘मी तुझा मार्गदर्शक आहे. पुढील बरीच वर्षं तू काही मला भेटणार नाहीस, पण तुझा जो काही अभ्यास अर्धवट राहिला आहे, तो तुला पूर्ण करावा लागणार आहे. योग्य वेळ येत नाही; तोपर्यंत माझ्याबद्दल कोणाकडेही काही सांगायची तुला परवानगी नाही,’’ असं म्हणून तो माणूस निघून गेला.

ही एक पूर्व सूचनाच होती. या मुलाने दोन वर्षांतच एकदा लपाछपीचा खेळ खेळत असताना, योगशास्त्रात ज्याला ‘केवल कुंभक’ म्हणतात; त्याचा अनुभव घेतला. ‘केवल कुंभक’ म्हणजे श्वासोच्छ्वास रोखून धरणे. त्याचं हृदय परमानंदाने ओसंडून वाहू लागलं. नंतर काही मिनिटांनी त्याचा श्वासोच्छ्वास पुन्हा सुरू झाला.

लवकरच, एक दीर्घ श्वास घेऊन मनात येईल तेव्हा तो त्या स्थितीत जाऊ शकत होता.

जो परमानंद त्याने अनुभवला त्यामधून त्याला जाणवलं की, 'त्या अध्यात्मिक परमानंदाचं एक वेगळंच विश्व त्याच्या स्वतःच्या अस्तित्वातच दडलेलं आहे.'

बाह्यस्वरूपात तो इतर मुलांसारखा दिसत असे पण अंतस्थ फरक हा होता की त्याच्यात; सर्व धर्माच्या धार्मिक ग्रंथांचं व तत्त्वज्ञानाच्या पुस्तकांचं वाचन करण्याची, भक्तिगीतं गाण्याची व निरनिराळ्या साधू-संतांशी 'परमेश्वर' या विषयावर चर्चा करण्याची आवड उत्पन्न झाली.

दहा वर्षांचा असताना रोज संध्याकाळी तो पिल्ले यांच्या घरी जात असे. पिल्ले यांचा पुतण्या व जावई त्याला गणित शिकवत असत. नेहमीप्रमाणे एका संध्याकाळी तो पिल्ले यांच्या घरी गेला असताना त्याची बलदंड शरीराच्या व साधारण साठ वर्षं वय असलेल्या एका माणसाशी गाठ पडली. तो त्याला वंदनीय वाटत होता. त्याला दाढी होती, करड्या रंगाचे त्याचे केस बारीक कापलेले होते. केवळ सदरा व लंगोटी असा पेहेराव असलेला तो माणूस एका लाकडी बाकड्यावर पद्मासनात बसलेला होता. खोलीत उदबत्तीचा सुगंध दरवळलेला होता.

तो वृद्ध माणूस मल्याळीमध्ये म्हणाला, ''ये, ये मुला, घाबरू नकोस.''

'एम' त्याच्याकडे चालत गेले. त्या माणसाने त्यांची पाठ थोपटली व त्यांच्या मानेला आणि डोक्याला स्पर्श करत तो म्हणाला, ''हं! छान आहे! योग्य वेळी सर्व काही चांगलं होईल.''

पुन्हा एकदा 'केवल कुंभक' घडून आलं व परमानंदाची भावना त्या मुलाच्या मनात दाटून आली. मार्गदर्शनाला सुरुवात झाली होती. त्यांच्या आध्यात्मिक प्रवासात 'एम' यांना सर्वप्रथम भेटणारा हा माणूस म्हणजे एक 'महात्मा' होता.

बऱ्याच कालावधीनंतर 'एम' यांना समजलं की, आत्मभावात स्थित असलेली ती व्यक्ती आत्मज्ञानी होती. ते पुजापूर येथे राहात असल्याने त्यांचा उल्लेख 'पुजापूरा स्वामी' असा करण्यात येत असे. ते अविवाहित होते; पण औपचारिक दृष्ट्या ते काही साधू नव्हते. तरुणपणीच त्यांना एका महान गुरूकडून योगशास्त्राची दीक्षा मिळाली होती. तेव्हापासूनच ते परब्रह्माच्या परमानंदात भिजून गेलेले होते. अशाही स्थितीत एका सामान्य माणसाप्रमाणे कर्तव्यं पार पाडत राहण्याचं एक आदर्श जीवन ते जगत होते.

'एम' यांना हेही समजलं की, हे स्वामी काही ठराविक दिवशी मध्यरात्रीच्या सुमारास सत्संग करत. ज्याने लंगोटीचाही त्याग केला आहे. असा एक संन्यासी कधीकधी त्या सत्संगास हजर राहात असे. एका ठराविक कक्षेच्या बाहेर 'पुजापूरा

स्वामी' फारसे कोणाला माहीत नव्हते; कारण ते प्रचार, प्रसिद्धी करण्याच्या विरोधात होते.

'एम' जेव्हा सतरा वर्षांचे झाले तेव्हा हे संन्यासी निवर्तले पण एका मित्राने त्याच्याकडे व्यक्तिगत असलेला त्यांच्या शिकवणींचा संग्रह त्यांना दिला. त्या शिकवणीत वेदांचं सार अत्यंत सोप्या भाषेत मांडण्यात आलं होतं.

त्या नंतर या प्रगती पथावर वाटचाल करण्यासाठी 'एम' यांना ज्या ज्या माहितीची गरज भासे ते सर्व ज्ञान त्यांच्यापर्यंत आपोआपच पोहोचू लागलं. बी. के. एस. अयंगार यांच 'लाईट ऑन योग' हे पुस्तक त्याच्या वडिलांनी एका मित्राकडून मागून आणलं. (त्याचे वडील कधीच कर्मठ वृत्तीचे मुस्लीम नव्हते.) ते पुस्तक 'एम' यांनी अगदी लक्षपूर्वक वाचून काढलं. श्री. शर्मा या योग शिक्षकांनी त्यांना योगशास्त्राचे व सूर्यनमस्काराचे प्राथमिक धडे दिले.

शारदा देवी यांचे निकटचे शिष्य असलेल्या, रामकृष्ण मिशनच्या स्वामी तपस्यानंदांशी 'एम' यांची भेट झाली. ते त्या वेळेस त्रिवेंद्रममधील रामकृष्ण मिशनचे प्रमुख होते. त्रिवेंद्रममधील सार्वजनिक ग्रंथालयाच्या ग्रंथपालाकडून विवेकानंदांच्या लिखाणाचा मोठा पुरवठा 'एम' यांना होत राहिला. त्यांना स्वामी चिन्मयानंद यांचे जप-योग व गायत्री मंत्रावरील लिखाण वाचायची संधी मिळाली व त्यांनी गायत्री मंत्राचं पठण सुरू केलं.

एका तांत्रिकाने त्यांना काही विशिष्ट मंत्र शिकवले व त्यांना सर जॉन जॉर्ज वुड्रॉफ म्हणजेच ॲव्हलॉन आर्थर यांनी लिहिलेलं 'सर्पंट पॉवर' हे पुस्तक वाचायला दिलं. उपनिषदं, गीता, योगशास्त्र व वेद अशा अनेक ग्रंथांचं वाचन त्यांनी केलं. त्या नंतर त्यांना हे जाणवलं की संस्कृत भाषा ही समजण्यास वाटते तेवढी काही अवघड नाही.

हे सर्व सैद्धांतिक ज्ञान मिळवत असताना त्याच्या बरोबरीने त्यांची विशेषतः मध्यरात्रीची ध्यानधारणा सुरूच होती. डोळे मिटताच; हृदयकमलावर मन केंद्रित करताच ते 'केवल कुंभका'च्या अवस्थेत पोहोचते. यावेळी परमानंदाची भावना जाणवून त्यांना अलौकिक असे दैवी संवाद ऐकू येत व दैवी दृष्यं दिसू लागत. कधी कधी काही भयानक दृष्यंही दिसत; पण ती लगेचच लुप्त होत असत. मग ते पुन्हा त्या परमानंदाच्या मनोवस्थेत जात असत.

त्यानंतर त्यांची 'चेम्पाझंथी स्वामी' या महात्म्याशी भेट झाली. ख्रिश्चन धर्मगुरूंनी त्रिवेंद्रम येथील 'श्री कार्यम' या ठिकाणी 'लॉयला ज्युनिअर कॉलेज'

या पहिल्या कॉलेजची स्थापना केली होती. 'एम' हे पूर्व पदविकेच्या प्रथम वर्गात दाखल झाले होते. श्री नारायण गुरू या महान सुधारक संताचं 'चेम्पाझंथी' (Chempazhanthy) हे जन्मगाव काही किलोमीटर्स अंतरावरच होतं. चेम्पाझंथीच्या जवळ असलेल्या 'चेंकोट्टुकोणम' (chenkottukonam) या ठिकाणी हे स्वामी वास्तव्यास होते. चहाची टपरी चालवण्याबरोबर साधू बनलेले हे स्वामी होते. त्यांची रामावर फार भक्ती होती. चणे-फुटाणे खात; हनुमानासारखे झाडांवर राहणारे, अशी त्यांची ख्याती होती. त्यांना भजने व कीर्तनांची मोठी आवड होती.

त्यांच्या झोपडीत 'एम' त्यांना पहिल्यांदा भेटले तेव्हा त्यांना हा माणूस अगदी किडकिडीत, अशक्त व खूप नाजूक असा दिसला. त्या हसतमुख माणसाच्या डोक्यावर जटा झालेला केशसंभार होता. त्यांच्या अंगाला विभूतीचा सुगंध येत होता. विभूतीची एक चिमूट बोटात धरून ती त्यांनी 'एम' यांच्या कपाळाला लावली.

तोंडात थोडी द्राक्षं टाकत ते म्हणाले, ''हूं! अजून परिपक्वता येणं बाकी आहे. भजने म्हणत जा तू!''

'एम' यांनी त्या ठिकाणी थोडी ध्यानधारणा केली व नंतर त्या स्वामींना नमस्कार करून ते तेथून निघाले.

त्या दिवसांत 'एम' यांचा एक मित्र होता. ज्याचे वडील शिर्डीच्या साईबाबांचे भक्त होते. साईबाबांचं चित्रं बघताच 'एम' यांच्या मनात साईबाबांविषयी जाणून घ्यायची एक अनावर अशी तीव्र इच्छा उफाळून आली.

दुसऱ्याच दिवशी, या मित्राचे घरमालक वकील सुब्रमण्यम अय्यर यांनी, नरसिंह स्वामीजींनी लिहिलेल्या 'शिर्डीच्या साईबाबांचं जीवन' या पुस्तकाची एक प्रत 'एम' यांना दिली. त्याच बरोबर साई सत्चरित्राची एक प्रतही वाचायला दिली. ते सर्व वाचून 'एम' हे त्या फकिराच्या प्रेमात पडले.

याच सुमारास वैद्यक शाखेचा विद्यार्थी असलेल्या एका मित्राकडून (सध्या मेंदू-शस्त्रक्रिया करणारा एक डॉक्टर आहे.) 'एम' यांना कन्याकुमारी येथील समुद्र किनारी वास्तव्यास असणाऱ्या अवधूतेबद्दल म्हणजे 'माई मा' काही माहिती मिळाली. तिची ही ख्याती होती की तिचं वय शंभर वर्षांहून जास्त आहे. ती कोठून आली हे व ती कोणती भाषा बोलते हेही कोणालाच माहीत नव्हतं. थोडे शब्द ती उच्चारायची त्यावर बंगाली भाषेचा प्रभाव होता.

'एम' एकटेच तिला भेटायला गेले. कन्याकुमारी त्रिवेंद्रमच्या जवळच असून दुपारी एकच्या सुमारास ते तिथं पोहोचले. बस-स्टँडपासून चालत ते देवीच्या मंदिराच्या दारात पोहोचले. नंतर त्या खडकाळ समुद्र किनारी सहज इकडे-तिकडे चालत शोध घेताना त्यांना ती दिसली. त्या बाईचं वय साठच्या आसपास असेल, ती विवस्त्र होती. विशिष्ट अशी बंगाली झाक असलेल्या तिच्या चेहऱ्यावर जराही वार्धक्याची खूण नव्हती. तिचे डोळे तेजस्वी होते. हसतमुखाने ती किनाऱ्यावरील एका खडकावर बसून होती. तिच्या भोवती बेवारशी कुत्र्यांचा गराडा होता. जणूकाही ती कुत्री तिचं संरक्षणच करत होती. 'एम' यांना पाहाताच ती कुत्री गुरुगुरु लागली.

एक विशिष्ट आवाज करत 'माई मा'ने त्या कुत्र्यांना गप्पं केलं. तशी ती कुत्री लांबवर जाऊन बसून राहिली. तिने 'एम' यांच्याकडे खूण करून त्यांना बसायला सांगितलं. ते एका खडकावर बसले. त्यांच्या हातातील केळ्यांकडे खूण करत ती काहीसं पुटपुटली. त्यांनी तिला काही केळी दिल्यावर तिने त्या कुत्र्यांना थोडी केळी खाऊ घातली. दोन स्वतः खाल्ली व उरलेली परत केली.

त्यांनी आपले डोळे मिटून घेतले व ते तिच्यातून निघणाऱ्या कंपनांशी स्वतःला जुळवून घेऊ लागले. बऱ्याच वेळानंतर त्यांनी डोळे उघडले. ती अजूनही जागच्याजागी बसून होती.

सुहास्य चेहऱ्याने ती म्हणाली, ''जा, जा, ठीक...'' शेवटचा शब्द काही ऐकू आला नाही.

परमहंसाकडून जाण्याची आज्ञा मिळाल्यावर तिथं बसून राहाण्यात काही अर्थ नसतो. 'एम' यांनी तिला नमस्कार केला. स्वामी विवेकानंदांच्या शिळेला भेट देऊन ते त्रिवेंद्रमला परतले.

'माई मा'च्या दर्शनाचं महत्त्व त्यांना दुसऱ्या दिवशी सकाळी समजवण्यात आलं. रात्री केलेल्या दीर्घ ध्यानानंतर थकून जाऊन पहाटेच्या सुमारास ते स्वतःला सावरू शकले नाहीत. त्या नंतर लागलेल्या गाढ झोपेत त्यांना चित्र-विचित्रं आणि आश्चर्यकारक अशी स्वप्ने पडली. आपण एक जटाधारी, केवळ एक लंगोटी नेसलेला व पद्मासनात बसलेला साधू आहोत, असं त्यांना स्वप्नात दिसलं. इतकंच नाही तर आपण भर रस्त्याच्या मध्यभागी असलेल्या वटवृक्षाखाली बसून या साधूरूपात ध्यान करत बसलो आहोत, असं त्या स्वप्नात दिसलं. सभोवती सगळं दाट जंगल होतं.

एक मंद आवाज कानी पडून त्यांनी डोळे उघडले व त्यांना दिसलं की, त्या चौरस्तापैकी एका रस्त्यावरून हातात काठी घेतलेली 'माई मा' येत होती. तिचा आकार माणसापेक्षा खूप मोठा होता.

वटवृक्षाखाली ते जिथं बसले होते, तिथं येऊन तिने त्यांच्या हनुवटीला स्पर्श केला व म्हणाली, ''मला काहीतरी खायला दे.''

त्यावर ते म्हणाले, ''माई मा, माझ्या जटांमध्ये लपवून ठेवलेले उकड्या तांदळाचे फक्त दोनच दाणे माझ्यापाशी आहे.''

ती म्हणाली, ''दे मला ते.''

जराही संकोच न करता ते दाणे त्यांनी तिला देऊन टाकले तेव्हा ती म्हणाली, ''तुला भूक लागली आहे का?''

त्यावर ते म्हणाले, ''हो, भूक लागली आहे पण ते तांदळाचे दाणे तूच खा.''

मोठ्या चवीने ते तांदूळ खात ती त्यांच्याकडे वळत म्हणाली, "तुझी भूक ही फार वेगळ्या गोष्टीची आहे. डोळे बंद कर.''

त्यांनी आपले डोळे मिटले. तिने तिच्या अंगठ्याने त्यांच्या कपाळाच्या मध्यभागी जोरात दाबलं. आपल्या कपाळात परमानंदाचा सागरच उफाळून आला आहे अशी जाणीव त्यांना झाली. त्यांच्या शरीरातील पेशींपेशी परमानंदाच्या त्या सागरात भिजून जात होती. त्यांना स्वतःच्या शरीराची जाणीवच उरली नव्हती केवळ तो परमानंदच जाणवत होता. नंतर त्यांना जाग आली.

ते स्वप्ने संपलं होतं; पण वा! किती सौभाग्याची गोष्ट की त्या परमानंदाची भावना अजूनही टिकून होती. त्यांची अवस्था दारू पिऊन तर्रss झालेल्या माणसासारखी झाली होती.

हळूहळू ते उठून बसले व आपण चालताना पडू या भीतीमुळे मोठ्या काळजीपूर्वकपणे ते स्वच्छतागृहाकडे जाऊ लागले. काही मिनिटांतच त्यांचं शरीर व मन त्यांच्या ताब्यात आलं पण त्यांच्या स्वत्वामध्ये परमानंदाचा तो झरा अजूनही वाहात होताच. व आतापर्यंतही तो तसाच त्यांच्यात टिकून आहे, कधी मंदगतीने तर कधी वेगात, पण तो अजूनही तो त्यांच्यात अस्तित्वात आहे.

स्थानिक सूफी समुदायांशी परिचय असल्याने व वेगवेगळ्या 'तरीकत' (आध्यात्मिक विकास आणि ईश्वर प्राप्तीसाठी रहस्यमय सूफीवाद.)च्या अमिरांशी भेटीगाठी होत गेल्याने सूफी संप्रदायाची शिकवण त्यांना माहीत होतीच. सूफी संप्रदायातील 'अमूल्य रत्न' म्हणता येईल, अशा व्यक्तीला ते भेटले.

'कलाडी मस्तान' नावाची ही व्यक्ती त्रिवेंद्रममधील 'बीमापल्ली' या समुद्रकिनारी पूर्ण नग्नावथेत राहात असे. 'एम' यांनी जेव्हा त्याला सर्वप्रथम पाहिलं तेव्हा हा माणूस त्याच्या अनुयायाने दिलेला कपभर चहा पीत बसला होता.

त्यानंतर तो म्हणाला, "एक अट्टल चोर माझा खजिना लुटायला आला आहे. ठीक आहे! तो तू घेऊन जा; पण कायदेशीर मार्गाने!"

मग एक सिगारेट पेटवत तो माणूस म्हणाला, "ओढ."

'एम' यांनी काही झुरके मारल्यावर त्याने ती परत घेतली. 'एम' यांनी त्याच्या समोर खाली बसून ध्यान लावलं. त्या माणसाने 'एम' यांच्या डोक्यावर समुद्राकाठची थोडी रेती पसरवली ज्यामुळे मेंदूतील सूक्ष्म-मज्जा वाहिन्यांची सफाई केली गेली. तो माणूस वेड्यासारखा वागत असे व बऱ्याच जणांनी त्याला वेडाही ठरवलं होतं. गांभीर्याने विचार करणारी जी काही थोडी माणसं होती; त्यांना हे माहीत होतं की, हा माणूस म्हणजे एक अनमोल रत्नच आहे.

या ठिकाणाहून थोड्याच अंतरावर परमेश्वर भक्तीने झपाटलेली पुंथरासामी नावाची एक जटाधारी व्यक्ती राहात होती. लोकांचाही तिच्याबाबत, हा एक वेडा आहे असाच गैरसमज होता. जेव्हा 'एम' या व्यक्तीला भेटले तेव्हा तो माणूस झटक्यात उठून उभा राहिला व त्याने त्यांच्या छातीवर एक जोरदार लाथ मारली. ही लाथ अगदी योग्य वेळी बसली होती, कारण ज्या मार्गातून ती शक्तिशाली ऊर्जा प्रवाहित होते, त्या मार्गाची या लाथेमुळे साफ-सफाई होऊन गेली होती.

एका महिन्यानंतर 'एम' त्या माणसाचे आभार मानण्यासाठी जेव्हा त्या ठिकाणी परत गेले तेव्हा समजलं की ती व्यक्ती गायब झालेली असून ती कुठं गेली याची कोणालाच काही माहिती नव्हती. भारदस्त व्यक्तिमत्त्वाचा एक ढोंगी माणूस असा दावा करू लागला की, मी त्या व्यक्तीचा सर्वांत जवळचा शिष्य आहे व तो 'एम' यांना प्रभावित करण्याचा प्रयत्न करू लागला पण त्या बिचाऱ्याला हे माहीत नव्हतं की 'एम' त्याचं मन एखाद्या उघड्या पुस्तकासारखं वाचू शकत होते.

वीस वर्षांचे असताना 'एम' यांनी हिमालयात जायचं ठरवलं. प्रथम ते रेल्वेने मद्रास (सध्या चेन्नई)ला गेले व तिथं 'थिऑसॉफिकल सोसायटी'त काही दिवस राहिले. त्यानंतर एक ट्रेन पकडून ते दिल्लीत येऊन पोहोचले व तेथून हरिद्वारला गेले. हरिद्वारच्या पुढील प्रवास पायी करायचा असं त्यांनी ठरवलं.

खिशातला सर्व पैसा संपून गेलेला होता. आपण कुठं आहोत हे घरी कळवावं व पत्रं पाठवून आर्थिक मदत मागवावी, हा विचार त्यांच्या मनात जराही नव्हता.

आपली काळजी घेतली जाईल व या विश्वाला चालवणाऱ्या महाशक्ती या शरीराच्या मूलभूत गरजा भागवतील याची त्यांना खात्री होती व ती बरोबरही होती. हे मात्र आहे की काही वेळा त्यांची कसून परीक्षा घेतली जात होती पण शेवटी सर्व चांगलंच होत होतं. हृषीकेश ते उत्तरकाशी ते गंगोत्री-जमनोत्री, बुढा केदारमार्गे बटवारी ते केदार व शेवटी बद्रीनाथ हा सर्व प्रवास त्यांनी पायी केला.

हृषीकेश इथे 'डिव्हाईन लाईफ सोसायटी'त राहून काही अभ्यास व ध्यानधारणा करायचं त्यांनी ठरवलं. साधकांसाठी ती एक फारच चांगली जागा होती.

जवळच गंगा नदी वाहात होती. आश्रमात योगाभ्यास शिकवला जात होता. आश्रमातील ज्येष्ठ स्वामींची मदत होत होती व जेव्हा मोकळा वेळ मिळे तेव्हा इकडे तिकडे भटकून वेगवेगळ्या संप्रदायांच्या साधूंना भेटता येत होतं. साधकांसाठी सत्संग हा फार महत्त्वाचा ठरतो.

तीर्थयात्रेचा काळ सुरू होताच 'एम' तिथून निघाले व त्यांनी बद्रीनाथच्या दिशेने चालत प्रस्थान ठेवलं. ही चाल कधी तीर्थयात्रा मार्गावरून असे तर कधी जंगलातून असे. कधी रस्त्यावरील धर्मशाळा, कधी चट्ट्यांमध्ये तर कधी नदीकाठच्या पर्णकुटी किंवा आश्रमांमध्ये आसरा घ्यावा लागे. आपल्या आत्म्याला जरुरी असणारे भरपूर अन्न त्यांनी गोळा करून ठेवलं होतं.

अनेक दिवसांच्या प्रवासानंतर बद्रीनाथला पोहोचल्यावर सर्व प्रथम ते एका चट्टीत जाऊन झोपले. कडाक्याची थंडी पडली होती व जवळचा एकुलता एक रग काही पुरेसा नव्हता तरी कोणाकडे मदत मागावी, अशी त्यांची जराही इच्छा नव्हती. ते दिवसच असे होते की आध्यात्मिक अग्नी इतका धडाडून पेटला होता की बाकी सर्व; अगदी अन्न-वस्त्र-निवारा या मूलभूत गरजांनाही काही महत्त्व उरलं नव्हतं. त्या भव्यदिव्य हिमालयाच्या परिसरात त्यांच्या मनाची अवस्था परमानंदाने भारून गेल्यासारखी झाली होती.

स्वतः केलेली कठोर साधना व परमोच्च स्थितीत विकसित झालेल्या येथील व्यक्तींच्या अस्तित्वाला त्यांनी या आनंदाचं श्रेय दिलं आहे. या व्यक्तींपैकी काहींशी आपली भेट होईल, ही आशा त्यांना वाटत होती.

'डिव्हाईन लाईफ सोसायटी'त भेटलेल्या ब्रह्मचाऱ्याच्या आगमनामुळे त्यांच्या शारीरिक समस्या सोडवल्या जात होत्या, कारण तो ब्रह्मचारी हा खूप प्रवास केलेला असा एक अनुभवी यात्रेकरू होता. लवकरच त्याने 'एम' यांना एक स्वतंत्र झोपडी मिळवून दिली व तिच्यात राहाण्यासाठी त्यांचं मन वळवलं. त्याचबरोबर

त्यांना आणखी काही रग व झोपण्यासाठी एक फळी देऊन त्याने एका नेपाळी धर्मशाळेत त्यांची जेवणाचीही सोय करून दिली.

त्याने, रावळजी या बद्रीनाथच्या मुख्य पुरोहितांशी 'एम' यांची ओळख करून दिली. या व्यतिरिक्त तो ब्रह्मचारी रोज संध्याकाळी 'एम' यांना इकडे-तिकडे फिरायलाही साथ देत असे.

इतर तीर्थस्थळांप्रमाणेच भगवी वस्त्रं नेसलेले भिकारी, पोट भरण्यासाठी साधूंसारखे अंगरखे घातलेली माणसं व एकमेकांची कमंडलू व रगही चोरणाऱ्या साधू-सन्याशांची इथंही भाऊगर्दी होती.

याच बरोबरीने काही सच्चे सन्यासी व परमहंसही इथं होते व ते सर्वसामान्य लोकांमध्ये मिसळत व आपणही त्यांच्याप्रमाणेच आहोत; हे मुद्दामच भासवत असत.

असे सच्चे महात्मे बद्रीनाथच्याही पुढे व नारायण पर्वताच्या दुसऱ्या बाजूला भेटतील हे समजल्यावर, अशा लोकांची भेट घेण्याच्या तीव्र इच्छेपोटी 'एम' यांनी तिथून निघून पुढं जायचं ठरवलं. कोणालाही काही न कळवता एका सकाळी आपलं कमंडलू, हातातील दंडुका व रग घेऊन ते निघाले.

बद्रीनाथला दिलेल्या पहिल्या भेटीत तेथून साधारण एक किलोमीटर्सचा पुढील मार्ग ते चालून गेले होते, पण त्याही पुढील मार्ग त्यांच्या माहितीचा नव्हता. सहा-सात किलोमीटर्सच्या खडतर चढणीनंतर 'सरस्वती' व 'अलकनंदा' या नद्यांच्या संगमापाशी येऊन ते थांबले. या जागेला 'केशव प्रयाग' असं म्हटलं जातं. पूर्वी एका वृद्ध सन्याशाने सांगितल्यानुसार 'व्यास गुहा' ही जवळच होती.

व्यास गुहेपाशी पोहोचल्यावर ते पुढं काही चालू शकले नाहीत. एखाद्या अज्ञातशक्तीनेच त्यांचे पाय जड केले होते. त्यांचं हृदय हे परमानंदाने ओसंडून वाहात होतं; पण पाय मात्र गुहेपासून हलत नव्हते. ही सूचना लक्षात घेऊन त्यांनी गुहेत प्रवेश केला. बाहेर थंडीचा जेवढा कडाका होता; त्या मानाने गुहेत तितकीशी थंडी नव्हती. तिथं बसून ते आजूबाजूची बर्फाच्छादित पर्वत शिखरं पाहू शकत होते. आपला रग अंथरून ते पद्मासनात बसले व एका गाढ अशा ध्यानावस्थेत जाऊन पोहोचले.

या स्थितीत ते बराच वेळ बसून राहिले असणार कारण त्यांनी डोळे उघडताच त्यांना दिसलं की संध्याकाळ होऊ लागली होती व वेगाने अंधारही दाटून येत होता. ते जेव्हा एक लहान मुलगा होते तेव्हा त्यांना भेटलेला तो माणूस समोर

उभा असल्याचं त्यांना दिसलं पण त्यांनी केलेलं मार्गदर्शन आपल्या जीवनातील सर्व वर्षं आपल्यासोबत होतं हे त्यांना जाणवलं. ती व्यक्ती माता, पिता किंवा प्रियकराहून अधिक जवळची अशी होती व क्षणार्धात त्यांनी ओळखलं की हीच व्यक्ती आपले गुरू आहेत.

किरकोळ दाढी व लांब केस असलेला तो गोरा तरुण माणूस हसला. काय सुंदर हास्य होतं ते! रोमांचित होऊन 'एम' यांच्या अंगावरील केस उभे राहिले व स्मित हास्य करता करता त्यांच्या डोळ्यांत अश्रू दाटून आले.

तो माणूस शांतपणे व इंग्लिशमध्ये बोलला, 'उतावळेपणा करू नकोस.' त्यांनी 'एम' यांच्या खांद्यावर थोपटलं व स्वतःला पुन्हा सावरून घेत 'एम' यांनी त्या माणसाचे पाय धरले. तो माणूस 'एम' यांच्या जवळ बसला व ती संपूर्ण रात्र ते दुसऱ्या दिवशी पहाटेपर्यंत शिकवण व दोघांमध्ये चर्चा ही चालूच राहिली. 'एम' यांना ज्या ज्ञानप्राप्तीची जरुरी होती, ते सर्व ज्ञान त्यांना मिळालं होतं.

हिमालयात सर्वत्र भ्रमण करत 'एम' त्यांच्या गुरूंसोबत साडे-तीन वर्षं राहिले. त्या नंतर त्यांच्या गुरूंनी त्यांना पुन्हा माघारी जाण्यास व एक सर्वसाधारण जीवन जगण्यास सांगून जेव्हा आज्ञा मिळेल तेव्हा शिकवण्याचं काम सुरू करण्यास सांगितलं. गुरूंनी त्यांना हे वचन दिलं की ते त्यांच्या संपर्कात राहातील. 'एम' यांच्या विचार प्रक्रियेमध्ये या गुरूंनी सखोल सुधारणा घडवून आणली होती व त्यांच्या जाणिवेत कायमस्वरूपी राहील, असा बदल घडवून आणला होता.

मणक्यातील व मेंदूतील मानसिक संवेदना या मुक्त करण्यात आल्या होत्या. ज्या शक्ती सुप्त अवस्थेत होत्या त्या जागृत केल्या गेल्यामुळे परम चैतन्याचा मनाशी असलेला दुवा पुनर्प्रस्थापित करण्यात आला होता.

गुरूंच्या सल्ल्यानुसार 'एम' पुन्हा समुद्रसपाटीवर आले. त्यानंतर ते बऱ्याच आध्यात्मिक गुरूंना व दैवी व्यक्तींना भेटले, त्यांनी भारतभर प्रवास केला, चरितार्थासाठी त्यांनी अवघड अशी काही कामंही केली व त्यांच्या शब्दांत सांगायचं तर ते म्हणतात, "या जगताचं मी जवळून निरीक्षण केलं आहे."

काही काळासाठी ते भौतिकवादी सर्वसामान्य माणसाप्रमाणंही वागत राहिले व तेव्हा त्यांना हे जाणवलं की, आध्यात्मिक जीवनाच्या तुलनेत सांसारिक माणसाचे जीवन हे काहीच नाही. आत्मानंद हा फार अत्युच्च असा असून हृदयातून प्रकट होणाऱ्या या परमानंदाकडे सांसारिक जीवनात रमलेल्या माणसाने पाठ फिरवलेली असते.

पण या सर्व अनुभवातून जाणं हेही गरजेचं होतं, कारण एखाद्या भौतिकतावादात रममाण झालेल्या व्यक्तीशी बोलताना त्याने विचारलं असतं, "वा! ज्ञानेंद्रियांमार्फत मिळणाऱ्या परमसुखाच्या अनुभवाची तुम्हाला काही कल्पनाच नाही, कारण त्या सुखाचा अनुभव तुम्ही कधी घेतलेलाच नाही."

आता 'एम' यांना हे वाटतं की, ते आत्मविश्वासाने सांगू शकतील, "मित्रा! मला ते सर्व काही माहिती आहे व त्याचा इतका उदो-उदो करण्यात काही अर्थ नाही."

मद्रासमध्ये व इतर काही ठिकाणी त्यांनी कधी कधी जे. कृष्णमूर्तींची व्याख्याने ऐकली व त्यांचं बरचसं साहित्य वाचून काढलं. एकदा त्यांची प्रत्यक्ष भेट झाली व चाळीस मिनिटं त्यांच्याशी खासगीत चर्चाही घडून आली. त्यानंतर त्यांनी कृष्णमूर्ती फाउंडेशनमध्ये काही काळ राहण्याचं ठरवलं.

त्यांच्या गुरूंनी त्यांना सांगितलं होतं की, शिक्षणाचा एक भाग म्हणून 'एम' यांना ज्या काही माणसांना भेटणं आवश्यक होतं. त्यांमधील शेवटची व्यक्ती म्हणजे जे. कृष्णमूर्ती हे होते.

त्याचबरोबर त्यांना हेही सूचित करण्यात आलं होतं की 'के' जे काही करतात त्यावर विशेष लक्ष देऊन ही संस्था ते हयातीत असताना व त्यांच्या पश्चातही कशी कार्यरत राहाते हे समजून जे. जे. कृष्णमूर्तींच्या अखेरच्या दोन वर्षांत 'एम' यांचा त्यांच्याशी घनिष्ट संबंध आला व त्यांना 'कृष्णमूर्ती फाउंडेश'चे ट्रस्टी करण्यात आलं. त्यानंतर पाच वर्षांनी त्यांनी या पदाचा राजीनामा दिला.

'के' यांच्या निधनानंतर 'एम' हे सुनंदा यांच्याशी विवाहबद्ध होऊन गृहस्थाश्रमी झाले. 'कृष्णमूर्ती फाउंडेशन'चं मुख्यालय असलेल्या 'वसंत विहार' या ठिकाणी त्यांची व सुनंदा यांची भेट झाली होती.

त्यांना आता असं वाटतं की, "ठीक आहे बंधू! तुझ्या दृष्टीने तू जे काही म्हणतोस की या जगतात आध्यात्मिक जीवन जगा वगैरे सर्व काही तुला ठीक आहे कारण तू एक अविवाहित आहेस." असं कोणी म्हणू शकणार नाही. 'एम' हे त्यांच्या पत्नी सोबत राहात असून त्यांना दोन अपत्यं आहेत.

'एम' म्हणतात की, "खरं पाहाता या जगतातील आपल्या अस्तित्वाच्या काळात ही गोष्ट करणंच जास्त योग्य आहे, कारण संन्यास ही गोष्ट फारच दुर्मिळातील दुर्मीळ लोकांसाठी असते. आपल्या गुरूंचे पाठीशी असलेले आशीर्वाद व केलेल्या कष्टपूर्ण साधनेमधून त्यांनी सैद्धांतिक व विद्वत्तेच्या सीमा ओलांडल्या असून ते

एका सर्वोच्च चेतनावस्थेत स्थित असतात.

त्यांच्या गुरूंनी 'एम' यांना सांगितलं होतं की, 'लोकांना तू असा कोणताही सल्ला देत जाऊ नकोस ज्या सल्ल्याचं तू स्वतः पालन करू शकत नाहीस. ज्याचा तुला स्वानुभव नसेल त्या विषयी तू काही बोलत जाऊ नकोस.'

खरोखरच, काय सुंदर शिकवण आहे ही! जर शिक्षकांनीच या शिकवणीचं पालन केलं तर हे जग किती सुंदर होईल!

- ग्रुप कॅप्टन (निवृत्त) रत्नाकर सनदी

१

शुभारंभ

हो, देव अस्तित्वात आहे! तुम्हाला जे काय म्हणायचं असेल ते म्हणा. बुद्धिमान लोक व काही मूर्ख (देव, त्यांचं भलं करो!) माणसं यांच्या ठासून सांगण्यापुढे माझं हे म्हणणं मूर्खपणाचं ठरत असेल, तरीही मी म्हणतो की, "जरा दम खा."

बुद्धिवंतांच्या अहंकारापोटी तुमची श्रद्धा तुम्ही डळमळू देऊ नका. जरा नीट विचार करा, कारण तुम्ही केवळ पूर्वगृहदूषित आहात. देवावर श्रद्धा बाळगणारेही नास्तिकांच्या इतकेच पूर्वगृहदूषित असतात कारण कोणताही शोध न घेता ते आपल्या मताचं प्रतिपादन करत राहातात.

"मला याचा शोध घेऊ दे." असं जर तुम्ही म्हणाल तर ते जास्त योग्य ठरेल. तुम्हाला असं वाटत नाही का की ही प्रवृत्ती किंवा ही विचारधारणा जास्त योग्य ठरेल?

तुम्हाला असं वाटतं का की हे इतकं गुंतागुंतीचं व त्याच बरोबर इतकं अनोखं असं हे विश्व केवळ एखाद्या अपघातातून निर्माण झालं आहे? का या सर्व घडण्यामागे कुठली तरी परमोच्च बुद्धिमत्ता आहे, जिच्या योजनांना आणि उद्दिष्टांना समजून घेण्यासाठी आपला लहानसा मेंदू थिटा पडतो?

दुसरी गोष्ट ही की तुमच्या ज्ञानेंद्रियांना जाणवणारं हे जग खरंच काही भरीव, पूर्णसत्य आणि परिपूर्ण असं आहे का?

भौतिक शास्त्रज्ञांना विचारा, ते म्हणतील, "ही सर्व केवळ कंपने आहेत. सतत गतिमान असलेल्या त्यांना 'अणुरेणू' व 'विद्युत भार' म्हणा किंवा कमी-जास्त तीव्रतेच्या सतत प्रवाहित असलेल्या लाटा म्हणा. तुमचं हे 'त्रिमितीतील जग' म्हणजे मुख्यत्वेकरून तुमच्या जाणिवा व तुमचं मन यांचाच केवळ एक संयोग आहे."[१]

---

१ ज्ञानेंद्रियांनी पुरवलेल्या माहितीच्या आधारे आपली कल्पनाशक्ती काम करत असते व ती अशी काही जादू करते की, आपण संमोहित होऊन बसतो. या संमोहनातून बाहेर पडणं हेच 'सत्य' आहे.

“आणि तुम्ही?”

तुम्ही एक चेतना आहात जी या सर्व नाट्याची साक्षीदार आहे व हे सर्व तुम्ही मोठे आश्चर्य चकित होऊन पाहात आहात; ज्यात अहंकार हा त्याचे खेळ वेगवेगळी रूपं घेऊन खेळत असतो व स्वतःचं अस्तित्व दाखवत राहातो. परमानंदी स्थित असलेलं, अचल व आशीर्वक असं चैतन्य हेच तुमचं खरं स्वरूप आहे.

परमानंदाच्या व सौख्याच्या त्या अथांग महासागराला नाकारू नका ज्याला अंत हा नाहीच कारण सर्व मार्गांचा अंत हा तोच स्वतः असतो. त्याला काही जण ‘देव’ असं संबोधतात, तर काही जण त्याला ‘सत्य’ असं म्हणतात तर काही जण त्याला शून्य समजतात कारण ते असं काही आहे की ज्याचं वर्णन शब्दांत किंवा हावभाव करून करता येत नाही.

तुमचं मन ज्या काही गोष्टींना समजून घेऊ शकतं त्या सर्वांच्याहून ही गोष्ट जास्त अमूल्य अशी आहे. आणि काय आश्चर्य हो! आपण इतके भाग्यवान आहोत की हा अनमोल मोती, आपण जिथं जाऊ शकत नाही अशा जगातील एखाद्या ठिकाणी किंवा अंधाऱ्या भूगर्भात खोलवर दडलेला नाही. तो तुमच्या मानेतील शिरेपेक्षाही जास्त तुमच्याच जवळ आहे. याच परमानंदाला पूर्वीच्या साधु-संतांनी आत्मसात केलं व ते अत्यानंदात नाचू लागले. हेच तुमचं खरं ‘स्वत्व’ आहे.

तुम्ही या महान खजिन्याला जाणून घेऊ शकाल का? का नुसतं नकली दागिन्यांशी खेळत बसाल? हीच ती परमानंदी भावना सर्वांच्याच हृदयात वसत असते व आपण स्वतःमध्येच तिचा शोध घेण्याऐवजी तिला इकडे-तिकडे हुडकत बसतो.

कस्तुरी मृगाचंच उदाहरण घ्या, जिचा सुवास दरवळलेला असतो ती कस्तुरी त्या मृगाच्या शेपटी खालीच असते, पण त्या सुवासाच्या स्रोताचा शोध घेण्यासाठी तो मृग काट्याकुट्यांनी भरलेल्या व धोकादायक सापांच्या वारुळांनी भरलेल्या जंगलात फिरत राहातो. दुखः यातना यांच्या आधीचं मध्यंतर म्हणजे सुख-सौख्य व त्या सुख-सौख्यालाच आपण खरा आनंद समजून खऱ्या परमानंदाच्या शोधात इकडे-तिकडे भटकत राहातो.

पण तो परमानंद आपल्यातच वसलेला असतो. त्याची प्राप्ती करण्यासाठी डोकं भादरून, वेगवेगळ्या टोप्या घालून व पीतवस्त्रं नेसून आणि आपल्या प्रियजनांना सोडून दूर कुठंतरी पळून जाण्यात काही अर्थ नाही. नक्की नाही महाराज! याच जगात राहून, आपल्या चरितार्थाचं काम करत, ज्यांना तुमची मदत हवी आहे त्यांना सहाय्य करत आणि प्रेमसेवा भावाचा सुगंध दरवळवत तुम्ही तुमच्या

'स्वत्वा'च्या सान्निध्यात राहू शकता.

हे 'स्वत्व' एका महाअग्नीतील एक ठिणगी आहे व जे एका महासागरातील एक थेंब आहे. नियमितपणाने ध्यानधारणा करत राहा. ज्यायोगे न डागाळलेल्या तुमच्या हृदयरूपी आरशात त्या दैवत्वाच प्रतिबिंब झळकू लागेल. त्यानंतर तुमच्या हृदयातून निघालेली प्रसन्न भावनेची किरणं दुसऱ्यांच्याही हृदयांना परमानंदाचा अनुभव करून देतील.

सर्वांत पहिली गोष्ट. तुम्हाला काहीतरी हवं आहे, ज्याची तुम्हाला खरोखरच जरुरी वाटते व त्याची मागणी जर तुम्ही मनापासून केलीत तर ती गोष्ट तुम्हाला मिळतेच हे नक्की.

एका गुरूंनी म्हटलं आहे की, "मागा, तुम्हाला ते मिळेलच.' 'शोध घ्या, तुम्हाला ते गवसेलच.' 'दरवाजा ठोठवा, तो उघडेल हे नक्की."

परंतु गुरू तुमच्यात संयम व चिकाटी किती आहे, याची परीक्षाही घेतो. तेव्हा दरवाजा ठोठवत राहा व चिकाटी ठेवून प्रतीक्षा करा. त्या नंतर एके दिवशी तुमचं हृदय परमानंदाने भरून जाईल व तुम्ही मानवजातीच्या भल्यासाठी काम कराल.

दु:ख, यातना, कमतरता व जगराहाटी ही कायमचीच आहे, या गोष्टी कोणाला चुकल्या आहेत? या मार्गावर प्रवास करणाऱ्या तुम्ही हे लक्षात घ्यायला पाहिजे की या सर्व गोष्टी म्हणजे तुमच्या अभ्यासक्रमातील धडे आहेत व हे सर्व अडथळे पार केल्यावरच सपाट व सोपा असा मार्ग बनतो. या सर्व गोष्टींवर तुम्ही मात करू शकाल यात जराही शंका नाही.

तेव्हा ओसंडून जाणाऱ्या सोमरसाचा प्याला व तुम्ही यांच्यामध्ये दुसरं काही येऊ नये. हा प्याला जितका तुमच्या जवळ आहे त्याहूनही अधिक दूरही आहे. पिऊन टाका तो प्याला व रिकामा करून म्हणा, "जे काही आहे ते केवळ एकच आहे व ते म्हणजे परम सत्य, दुसरं काही नाही."

जो मनापासून सत्याच्या शोधात असतो; त्याच्याकडे गुरू स्वतःहून येतो यांविषयी जराही शंका बाळगू नका. खरं पाहाता स्वतः गुरूचं एका सच्चा साधकाच्या शोधात असतो. म्हणून कार्यरता, प्रार्थना व ध्यानधारणा करत राहा. आत्मराज्याच्या शोधात राहा, बाकी सर्व न मागता तुम्हाला मिळत जाईल.

'या मार्गावर घट्टपणे पाय रोवून चालू लागा, मनात जराही भीती बाळगू नका. निर्भयता सत्याच्या खूप नजीक असते.'

२

वाटचालीचा मार्ग

या दैवी परमानंदाकडे नेणारा एखादा मार्ग आहे का? तो केवळ एकच आहे का असे अनेक मार्ग आहेत? ज्या प्रकारे या जगात जशी शेकड्याने माणसं आहेत त्याप्रमाणे अनेक मार्गही आहेत पण हे परिवर्तन झटक्यात घडून येईल असं काही जादूई सूत्र किंवा काही गुढसंस्कार मात्र अस्तित्वात नाहीत.

हे परम पूर्णत्व दुकानातून विकत घेण्यासारखं नाही किंवा गुरूला वा देवाला लाच देऊनही ते मिळण्यातलं नाही. या सर्व करामती व क्लुप्त्या तुम्ही दैनंदिन जीवनात करत असता. पण या परम 'स्व'त्वात त्या काही कामाच्या नाहीत. कोणी जर तुम्हाला झटक्यात मोक्ष प्राप्ती करून देतो असा विश्वास देऊ लागला तर सावध व्हा कारण तुम्ही फसवले जाणार आहात हे समजून चला. काही ठराविक दिवसांत मी तुम्हाला या परमानंदाची प्राप्ती करून देतो असं आश्वासन कोणी देऊ लागला तरी सांभाळा. ही कोणत्याही माणसाच्या हातातील गोष्ट नाही, केवळ दैवत्वच ते जाणतं.

तेव्हा हे सर्व निरनिराळे मार्ग हे शिष्याचा प्रकार, गुरूचा प्रकार, वेगवेगळ्या परिस्थिती व अंतस्थ आणि बाह्यगोष्टी यांवर अवलंबून असतात.

एखादा गुरू एखाद्या शिष्यासाठी योग्य ठरतो व तोच एखाद्या दुसऱ्या शिष्यासाठी अयोग्यही ठरू शकतो. सच्चा गुरू हे जाणून असतो. हजारो वर्षांत असा एखादाच गुरू निर्माण होतो की जो त्याच्या शिष्याला या सर्व मार्गांवरून किंवा एखाद्या मार्गावरून पुढे नेतो. खरोखरीच ही एक दुर्मीळ अशी गोष्ट आहे.

काहीही असो, पण या आध्यात्मिक मार्गावरील वाटचाली मागे काही महत्त्वाचे मुद्दे आहेत व ते सर्वच मार्गांना लागू असतात.

१. इच्छुक किंवा साधक गुरूच्या शोधाच्या बाबतीत प्रामाणिक असावा.
२. सिद्धांत दृष्ट्याही तो कशाचा शोध घेत आहे, हे त्याला माहीत असावं किंवा तो कशाचा शोध घेत नाही; हे तो जाणत असावा.

३. कोणताही पूर्वगृह न ठेवता ऐकून घ्यायला व शिकून घ्यायला साधकाची तयारी असावी.
४. प्रवाहाच्या उलट दिशेने पोहोण्याची त्याची तयारी असावी.
५. रोजच्या रोज नियमितपणे व परिश्रमपूर्वक सराव करायची त्याची तयारी असायला हवी.
६. धीर ठेवण्याची साधकाची तयारी असावी.

साधक हा इच्छुक प्रामाणिक असावा असं म्हणण्यामागं हा हेतू आहे की निरनिराळ्या कारणांद्वारे तो मी मोठ्या धार्मिक वृत्तीचा आहे असं नाटक करणारा नसावा. त्याने खरं बोलण्याची व सत्य समजून घेण्याची तयारी ठेवावी. स्वतःचे पोशाख बदलत, त्याग करण्याची स्वतःची क्षमता वाढवून सांगत, कुठंतरी पळून जात किंवा आजूबाजूच्या वातावरणापासून स्वतःला विभक्त करत त्याने त्याच्या धार्मिक कलाची जाहिरातबाजी करू नये. अशा प्रकारच्या कृती म्हणजे ढोंगीपणाचा एक झटकाच असतो. शेवटी तो स्वतःला व इतरांनाही गोंधळून टाकतो व सीमित ठेवतो. हे खरं आहे की सर्वसंग परित्याग करणारा, ही फार मोठ्या उच्चत्वाला पोहोचलेली व्यक्ती असते पण खरा त्याग ही काही चेष्टा नाही व तो दुर्मीळही असतो.

तेव्हा हे करण्याऐवजी माणसाने या जगातच राहावं आणि या जगापासून स्वतःला डागाळूनही घेऊ नये. अशा माणसांची आज मोठी गरज आहे. अशा प्रकारच्या साधकांच्या संख्येत वाढ व्हावी! थोर व उदात्त विचार आपल्यामध्ये चोहीकडून यावेत!

आता असं बघा की एखादा साधक कसल्या शोधात असतो? तो हा शोध का करत असतो? जेव्हा या जगातील सर्व सुखसोयी त्याला उपलब्ध असतात तरीही ज्ञानेंद्रियांमार्फत मिळणारे सुख हे त्याला पुरेसं का वाटत नाही?

या जगतातील स्वतःची भूमिका वठवणाऱ्या व स्वतःचे सर्व अंगांनी निरीक्षण करणाऱ्या व गोष्टी गोष्टींमधील फरक जाणणाऱ्या या इच्छुकाला जाणवतं की हे सर्व भौतिक सुखोपभोग किती क्षणभंगुर आहेत. या सुखोपभोगांच्या मागं लागण्याच्या शर्यतीत त्याला हे समजत नाही की या सुखोपभोगांच्या मागोमाग येणाऱ्या कष्टमय यातनाही त्याला भोगाव्या लागणार आहेत.

एखाद्याने कितीही मिळवलं तरी त्याला अजूनही बरंच काही पाहिजे असतं, जिला अंत नाही अशी भूक व तहान ही लागतच राहाते. हा लोभीपणा असाच चालू राहातो. शेवटी एकदा का मृत्यूचा फटका बसतो तेव्हा माझं, स्वतःचं असं जे काही

तो धरून बसलेला असतो ते, ही शर्यत संपुष्टात येऊन त्याच्यासाठी पूर्ण नामशेष होऊन बसतं. आणि मृत्यूही काही फार दूर नाही, तो आपल्या सोबतच असतो.

'मृत्यू' हा आपला कायमचा साथीदार नाही का? जर मृत्यूच नसता तर कल्पना करा की किती भयानक परिस्थिती निर्माण झाली असती. मृत्यू हा जुन्याला नष्ट करतो व यामुळे नव्याला जन्म घेणं शक्य होतं व ही प्रक्रिया चालतच राहाते.

खरं पाहाता प्रत्येक सेकंदाला (अगदी सेकंदाच्या लहानशा भागालाही!) वर्तमानकाळ मरत असतो. त्याचं रूपांतर भूतकाळात होतं; कारण नवीन भविष्यकाळ हा जन्म घेत असतो. या मुळेच मृत्यू हा जीवनाचाच एक भाग असतो.

प्रत्येक दिवशी, प्रत्येक सेकंदाला आपण मरत असतो; जसा प्रत्येक वर्तमान क्षण हा होऊन गेलेल्या क्षणांत रूपांतरित होऊन केवळ एक आठवण या स्वरूपात साठवला जातो?

कोणाही जीवशास्त्रज्ञाला विचारा; तो सांगेल की, प्रत्येक क्षणाला, प्रत्येक दिवशी आपल्या शरीरातील लाखोंपेशी मरत असतात व त्याजागी नवीन पेशी जन्माला येत असतात. असं असूनही जेव्हा मृत्यू एखाद्यावर हल्ला करतो तो बेसावध क्षणी केलेला हल्ला असतो. मृत्यू कधी येणार आहे हे कोणालाच माहीत नसतं व प्रत्येकाला हे विश्वासाचं वाटतं की तो आपल्यापासून फार फार दूर आहे.

या सर्व गोष्टींचं बारकाईने निरीक्षण केल्यावर आपण कशाचा शोध घेत आहोत, याचं त्याला आश्चर्य वाटू लागतं. मी सुखोपभोगांच्या शोधात आहे व त्याच्या पाठोपाठ येणाऱ्या विद्रूप चेहऱ्याच्या यातना त्यांची डोकी वर काढत आहेत. मी ज्याची इच्छा करतो ते मला मिळतं व नंतर ते गमावण्याची भीती वाटू लागते, कोणीतरी हिरावून नेईल असे वाटू लागतं किंवा मी मेल्यावर ते मी गमावून बसेन ही चिंता वाटू लागते. मी सुंदर असा चंद्र बघत असतो व काळ नावाचा तो महाचोर तो हिरावूनही नेत असतो व माझ्या मनात त्या चंद्राची केवळ एक प्रतिमाच उरून बसते. पण माझी लालसा मात्र काही केल्या संपत नसते.

मी काही रचतो व निसर्ग त्याला नष्ट करून टाकतो कारण निसर्गाची काही वेगळी रचनात्मक योजना असते. आजचा राजवाडा हा उद्याचा खंडहर बनून जातो. मी ज्याचा शोध घेत आहे, तो शाश्वतपणा कुठं आहे? ज्याचा मी शोध घेत बसलो आहे तो सर्वोच्च परमानंद कुठं आहे?

यावर गुरू म्हणतो, "या जगातील विविध गोष्टींच्या संपर्कात येऊन तू सुखोपभोग घेतलास हे मी मान्य करतो. पण हा आनंद तुझ्याच हृदयात उफाळून

आलेला असतो, नाही का?"

हा आनंद त्या गोष्टीत घडला असतो का तुमच्यात घडून आलेला असतो? या सर्व आनंदाच्या झऱ्याचा उगम तुमच्या हृदयातून झालेला असून तो तुमच्या 'स्व'त्वाच्या गाभ्यातूनच झालेला असतो.

बाह्य गोष्टींचा आश्रय न घेता; ऋषी-मुनी, गुढवादी व साधुसंतांना हा 'स्व'स्थित शाश्वत आनंद शोधण्याचा मार्ग सापडलेला असतो.

हे आनंदमयी कारंजं म्हणजेच तुमचं खरं 'स्वत्व' आहे. तेव्हा तुमच्या गुरूंच्या मदतीने ते शोधण्याचा प्रयत्न करत राहा. खरं म्हणजे तुम्ही स्वतःच 'ते' आहात व जेव्हा तुम्ही हे शोधून काढाल तेव्हाच ते परमोच्च 'स्वत्व' काय आहे हे तुम्हाला कळून येईल.

हे तुमचं 'स्वत्व' कायम स्वरूपी मुक्त व परमानंदात विलीन असं आहे, ते कधीही बंदी नसतं त्यामुळे च त्याला मुक्त करण्याचा प्रश्नच उरत नाही. ते सदासर्वदा मुक्तच असतं. त्याचंच प्रकट स्वरूप म्हणजे 'मी', माझी चेतना व हा 'मी' काम करताना, झोपेत असताना किंवा अगदी स्वप्नावस्थेत असतानाही उपस्थित असतो आणि चेतनेच्या सर्व स्थितींना तो साक्षी असतो. आशिर्वक आणि परमानंदी विलीन झालेला हा तुमचा 'मी' हीच तुमची स्वतःची खरी ओळख आहे. आपलं मन या 'मी'ला बंदी समजून त्याला मुक्त करण्याचा प्रयत्न करण्याची चूक तुम्ही करत बसता.

तुम्ही कायमस्वरूपी मुक्त आहात. तुमची, परमानंदातील अस्तित्वाची सजगता ही या सापेक्ष जगतातील कोणत्याही घडामोडींनी प्रदूषित होत नाही. तुम्ही मुक्त आहात. आपण बंदी आहोत हा भ्रम झटकून टाका व परमानंदात आणि संपूर्ण स्वतंत्रपणाच्या आनंदात राहा.

जेव्हा तुम्ही मुळातच मुक्त आहात तेव्हा तुम्ही मुक्त होण्यासाठी वेगळं काही करायची गरजच उरत नाही. जोपर्यंत तुमचं मन शांत होत नाही तोपर्यंत आरामात स्वस्थ बसून ते सत्य मनात प्रतिबिंबित करत राहा. काहीतरी बनण्यासाठी केल्या जाणाऱ्या सततच्या हालचाली संपून जातात व त्या परम 'स्व'त्वाला प्रतिबिंबित करत तुमचं 'स्वत्व' हे तेजस्वीपणे झळाळून निघतं.

पण अरेरे! हे मन मात्र काही केल्या सहजपणे स्थिर होत नाही. यासाठी, प्राचीन ऋशींनी शोधलेलं एक साधं तंत्र मी तुम्हाला सांगतो. त्याचा सराव करण्यासाठी तुम्हाला कुठल्या गुहेत पळून जाण्याची गरज नाही. हा सराव तुम्ही घरच्या घरीच

व तुमच्या दैनंदिन जीवनातही करू शकता. पण रोज तीन वेळा किंवा कमीत कमी एकदा तरी हा सराव करत राहा.

लक्षात ठेवा! त्या सत्यापर्यंत पोहोचण्यासाठी कुठलंच तंत्र नाही कारण तुम्ही स्वतःच ते सत्य आहात. मन स्थिर करण्यासाठी काही तत्रं आहेत ज्यायोगे मन स्थिर होऊन ते सत्य, तो कायमस्वरूपी आशीर्वादित असा परमानंद तुम्ही जाणून घेऊ शकता.

तेव्हा हा सराव लगेच सुरू करा व मुक्त व्हा, कशासाठी थांबत बसू नका, कारण तुम्ही हे जर पुढे ढकलत राहाल तर तुमचा प्रत्येक सेकंद तुम्ही गमावून बसाल व ते एक मोठं नुकसान होईल.

३

अभ्यास : सराव

ज्या ठिकाणी रोज पहाटे व संध्याकाळी, एकदा दहा मिनिटं तरी किंवा शक्यतो दोनदा तुम्हाला कोणतीही कटकट होणार नाही असा, खोलीतील एक कोपरा निवडा. त्या खोलीत मोकळी शुद्ध हवा खेळत आहे, याची काळजी घ्या.

ही एक फायदेशीर गोष्ट ठरते. दिवसेंदिवस तुमचा सराव जसजसा होत जातो तसतशी ध्यानधारणेच्या या विशिष्ट जागेच्या अनुकूल अशा कंपन संख्येत वाढ होत जाते. एक वेळ अशी येते की, त्या जागी तुम्ही बसताक्षणीच त्या कंपनांचा तुमच्यावर प्रभाव पडू लागतो.

याच कारणासाठी ध्यान करणारी बरीचमंडळी केवळ या ध्यानासाठी म्हणून एक वेगळी खोली किंवा पूजागृह राखून ठेवतात. हे जरी सगळ्यात उत्तम असलं तरी सगळ्यांनाच काही एक स्वतंत्र खोली ठेवता येणं शक्य होत नाही. तेव्हा मी सांगितल्यानुसार खोलीतील एखादा शांत कोपरा तुम्ही ध्यानासाठी वापरू शकता. ध्यानासाठी तुम्ही अगदी पलंगही वापरू शकता; पण सांभाळा. पलंग हा झोपण्यासाठी असल्याने जसजसं तुमचं मन स्थिर व शांत होत जाईल; तसा झोपेचा एक सौम्य प्रभाव तुमच्यावर पडून तुम्ही बसल्या बसल्याच झोपी जाल. ध्यान करणाऱ्या बऱ्याच जणांना हा अनुभव आला आहे. अगदी थोडी अशी प्रगत माणसं आहेत की जी भर बाजारातही ध्यान करू शकतात.

त्याच बरोबर हेही योग्य ठरतं की, ध्यानासाठी तुम्ही स्वच्छ व सैलसर अशा कपड्यांचा एक संच केवळ ध्यानासाठीच वापरायचा म्हणून वेगळा राखून ठेवा. नमूद केलेल्या गोष्टी या आदर्श अशा आहेत, जमेल तेवढ्या करा, फार खोलात जाण्याची जरुरी नाही. घरात किंवा बाहेर शांत जागी बसून ध्यानधारणेचा सराव करणं ही गोष्ट जास्त महत्त्वाची आहे.

ध्यानासाठी आरामशीर बसण्यापूर्वी सर्वप्रथम तुम्ही तुमचे हात-पाय व चेहरा

पाण्याने धुवा. कोणत्याही दिशेला तोंड करून बसलात तरी चालेल; पण तीच दिशा कायमस्वरूपी पक्की असू दे.

तुम्हाला अन्न, वस्त्रं व निवारा पुरवल्याबद्दल सर्वप्रथम हात जोडून त्या परमेश्वराचे आभार माना. तुमच्या खोलीच्या खिडकीतून नदी, तलाव, जंगल किंवा एखादी बाग दिसत असेल, तर निसर्गाच्या त्या सौंदर्याचं थोडा वेळ निरीक्षण करा. निसर्गाच्या या वैभवशाली व जिवंत अशा सौंदर्याने तुम्ही तुमची फुफ्फुसं भरून टाकत आहात, असं समजून थोडा वेळ दीर्घ श्वसन करत राहा.

त्यानंतर मनातल्या मनात तुमच्यातील प्रेमभावना या सर्व निर्मितीकडे प्रसारित करा व विशेष करून ज्यांना तुम्ही तुमचे शत्रू मानता त्यांच्याकडेही ही प्रेमभावना प्रसारित होऊ दे. तुमच्या प्रत्येक श्वासागणिक तुमचं 'स्वत्व' तुम्ही प्रेमभावनेने भरून टाकत आहात व प्रत्येक उच्छ्वासातून ती प्रेमभावना सर्वांना वाटत आहात अशी कल्पना करा.

जर तुम्हाला आवड असेल तर प्रत्यक्ष ध्यानाला सुरुवात करण्यापूर्वी, तुम्हाला शिकवलेल्या प्रार्थना म्हणणं किंवा काही विधी करणं हेही तुम्ही करू शकता.

हिंदू लोक संध्यावंदन किंवा गायत्रीमंत्राचा जप करू शकतील. ज्याला एक उत्तम असा व्यायाम म्हणता येईल, मुस्लीम लोक नमाज पढू शकतील. ज्यामध्ये 'सर्मन ऑन द माउंट,' म्हणजेच 'हे स्वर्गातील पित्या' ही प्रार्थना ख्रिश्चन लोक करू शकतील. बौद्ध लोक 'ज्वेल इन द लोटस', 'कमळातील रत्न' म्हणजेच 'ओम मणि पद्मे हम:' तर शीख लोक 'सत्नाम' म्हणू शकतील.

हे सर्व झाल्यावर आरामशीर पण त्याच बरोबर ताठ स्थितीत बसा. सुखासन किंवा जेवताना बसतो तसं मांडी घालूनही तुम्ही बसू शकता. जर तुम्हाला जमत असेल तर बुद्ध ज्या प्रकारे पद्मासनातही (कमलासन) बसलेले दर्शवतात त्याप्रकारे तुम्ही बसा. नमाज पढताना मुस्लीम किंवा इजिप्शियन लोक जसे गुढघ्यावर बसून मान वाकवून हनुवटी छातीला टेकवतात या स्थितीतही (जालंधर बंध) तुम्ही बसू शकता. मुख्य गोष्ट ही आहे की, तुमचा पाठीचा कणा हा ताठ असायला हवा व तुम्हाला कोणतीही वेदना किंवा अस्वास्थ्य जाणवता कामा नये.

तुम्हाला वर दिलेल्या कोणत्याही स्थितीत बसणं जमत नसेल तर तुम्ही एखाद्या मऊ बैठकीवर किंवा अगदी खुर्चीवरही बसू शकता. पहिल्यापासूनच्या सरावा अभावी पाय दुमडत अवघडलेल्या स्थितीत बसण्याचा प्रयत्न करणं हे वेडेपणाचं ठरेल. शरीरात जर वेदना असतील तर त्यामुळे मन व्यापलं जाऊन विचलित होतं

व ते उच्च श्रेणीच्या गोष्टींवर केंद्रित होऊ शकत नाही. तेव्हा आरामात बसा पण तो आराम इतकाही नको की झोप लागू शकेल.

काही वेळ लक्षपूर्वक दीर्घ श्वसन करत राहा. कोणताही मानसिक ताण न घेता आरामात असणं हे मन एकाग्र होण्यासाठी व ध्यानासाठी फार उपयुक्त ठरतं. मग तुम्हाला येत असलेल्या एखाद्या मंत्राचा जप करा.

'ॐ नमः शिवाय', 'ॐ श्री राम जय राम', 'हरे कृष्ण' किंवा 'अल्ला हू' किंवा अगदी नुसता 'ओंकार', कोणताही मंत्र असू दे. महत्त्वाची गोष्ट ही की तो मंत्र फार मोठा व बोजड नसावा. तुमची इच्छा असेल तर मी एक मंत्र तुम्हाला देतोः 'सोऽहम्' व याचा अर्थ 'तो म्हणजे मीच आहे.'

आता महत्त्वाची गोष्ट ही आहे की तुमचा श्वासोच्छ्वास व या मंत्र जपाची सांगड घालणं. हा मंत्र जप तोंडाने मोठ्याने म्हणत न करता मनातल्या मनात करा. जेव्हा तुम्ही श्वास घ्याल तेव्हा 'सोऽ' म्हणा व जेव्हा तुम्ही श्वास सोडाल तेव्हा 'हम्' म्हणा. असं नऊ वेळा करा. नऊचं एक अशी नऊ आवर्तने करा.

सर्वांत महत्त्वाची गोष्ट म्हणजे, तुमच्या श्वासावर जाणिवपूर्वक ताबा ठेवण्याचा प्रयत्न टाळा. त्याऐवजी श्वास व उच्छ्वास हा शांत गतीने होत राहील, हे बघा. या बरोबरच 'सोऽहम्'चा जपही चालूच राहू देत.

मग तुमचे मनश्चक्षू तुमच्या हृदयाच्या तळाशी किंवा दोन भुवयांच्या मध्यभागी एकाग्र करा. सुरुवातीला एकदा या दोनपैकी एका ठिकाणी बोटाने हलकासा स्पर्श करा. ज्यामुळे या ठिकाणी तुमची एकाग्रता होण्यास मदत होईल. चंद्राप्रमाणे शीतल अशी एक रुपेरी ज्योत तुम्ही नजर एकाग्र केलेल्या बिंदूत प्रकाशित होत आहे; असं चित्र डोळ्यांपुढे आणा किंवा तुम्ही एखादं गुलाबाचे फूल किंवा कमळ किंवा एखादी तारकाही डोळ्यांपुढे आणू शकता. पण जे निवडाल ते चिन्हं व एकाग्रतेचा बिंदू हा मात्र कायम तोच ठेवा, बदलत राहू नका. माझ्या वैयक्तिक मतानुसार मी हे सुचवतो की हृदयात एक तेजस्वी कमळ उमललं आहे असं चित्र डोळ्यांपुढे ठेवा. असो, हे माझं मत, पण तुम्ही काय करावं, हे मी तुमच्यावर सोडतो.

श्वासावर लक्ष ठेवून तुम्ही 'सोऽहम्'चा जप कराल तेव्हा तुम्हाला लक्षात येईल की, श्वासाची गती मंदावली आहे. एक शांत व स्थिर अवस्था उमलत असून ती तुमच्या 'स्वत्वा'ला व्यापून राहिली आहे. याक्षणी तुम्हाला एक दीर्घ उसासा सोडावासा वाटेल जो हे दाखवतो की, तुमचं मन स्थिर होऊन शांत झालं आहे.

धिम्या गतीच्या श्वासोच्छ्वासामुळे मन शांत होतं व तो वेगात घेत राहण्यामुळे

मनाची आंदोलक व तणावपूर्ण स्थिती दर्शवली जाते; हे समजल्यावर त्या महान ऋषी-मुनींनी प्राणायामाचं हे गुपित शोधून काढलं.

तुम्ही जर वेगवेगळ्या परिस्थितीत तुमच्या श्वासोच्छ्वासाचं व आपल्या मनाचं निरीक्षण केलंत; तर ही गोष्ट तुमची तुम्हालाच समजून येईल. हाच खरा प्राणायाम आहे. जबरदस्तीने श्वास रोखून धरल्यामुळे अंतर्गत रक्तस्राव किंवा आणखीही काही दुर्घटना घडू शकतं.

जेव्हा तुम्ही तुमच्या श्वासाकडे लक्ष देत राहाता व जसजसा तो मंद गतीने व हलका होऊ लागतो, तेव्हा श्वासाकडे लक्ष देणंही थांबवा व तुमचं मन हे केवळ त्या हृदयात फुलणाऱ्या कमळावर केंद्रित करा. 'सोऽहम्'चा जपही थांबवा. नुसतं शांत बसून परमेश्वराची ती आनंददायी उपस्थिती अनुभवत राहा. ज्यामुळे तुमचं हृदय आनंदामृताने भरून येईल. तुम्ही स्वतःच तो परमानंद बनून जाल.

तुमच्या गुरूंच्या साहाय्याने (जे तुम्हाला नेहमीच उपलब्ध असतात.) आणि रोजच्या सरावातून तुम्ही साक्षात्कारी चेतनेच्या सूक्ष्म जगतात किंवा मितीत प्रवेश कराल. या अवस्थेत तुम्हाला निरनिराळे प्रकाश दिसतील, स्वर्गीय संगीत तुमच्या कानी पडेल किंवा आश्चर्यकारक गोष्टीही दिसून येतील, पण त्यात अडकून पडू नका कारण या गोष्टी म्हणजे केवळ रस्त्यावरील दिशादर्शक खांब किंवा अगदी प्रलोभनेही असू शकतात. पुढे चालतच राहा जोपर्यंत तुम्ही त्या 'अस्तित्वाला' सामोरं जात नाही व जे तुमच्यातच स्थितं असून तुम्हापासून दूर नसतं.

काही वेळा तर तुमचा श्वासही थोडा वेळ बंद होईल. याला 'केवल कुंभक' म्हटलं जातं पण त्या पुढंही एक 'महा कुंभक' असतं, ज्यात सर्व विचार प्रक्रियाच बंद होते. कोणताही विचार मनात येत नसतो किंवा मनातून बाहेर पडत नसतो. उरतो तो फक्त साक्षीभाव, ज्यावर कशाचाही परिणाम होत नाही असा 'सत्चिदानंद', जो हा सर्व खेळ केवळ बघत असतो.

सुरुवातीच्या काळात विचारांची उधाणं ही मनात येतच राहतील, पण काळजी करू नका. त्या विचारांना हाकलून देण्याचाही प्रयत्न करू नका. जसं तुम्ही एखाद्या व्रात्य मुलाकडे बघता तसं त्या विचारांकडे बघत राहा. ते विचार खाली बसतील व नाहीसेही होतील.

हे जे विचार आहेत ते तरंगाप्रमाणे असतात ज्यामुळे तुमच्या शांत मनाच्या पृष्ठभागात खळबळ माजते व त्यात पडणारी प्रतिबिंबे वेडीवाकडी होत राहातात. ते विचार जेव्हा थांबतात तेव्हा हा मन स्थिर होऊन थोड्या वेळासाठी का होईना;

त्या ‘पवित्रतेचं’ प्रतिबिंब त्यात उमटतं.

हे समजून घेणं महत्त्वाचं आहे की तुम्ही स्वतःच एक मुक्त, तेजस्वी व आनंदमय असं अस्तित्व आहात व केवळ शांत बसून राहा. बाकीच्या इतर सर्व गोष्टींचा काहीएक संबंध नसून त्या तुम्हाला काही इजाही करू शकत नाहीत. प्राचीन काळच्या ऋषींनी हेच म्हटलं आहे की, ‘ध्यानधारणेतून हा शोध घेत राहा.’

जेव्हा तुमचं दैनंदिन ध्यान पूर्ण होईल, तेव्हा अति नम्रपणे सर्व गोष्टींचे व सर्वांचे आभार माना.

४

होणारे फायदे

ध्यान तंत्रांबद्दल आपण आत्तापर्यंत जी काही चर्चा केली त्या तंत्रांचा सराव करून काय लाभ होतो?

लवकरच तुम्हाला तुमच्या शरीरात व मनात एक हलकेपणा जाणवू लागेल. तुमच्या मनाची त्रासिक वृत्ती व व मनावरील ताण-तणाव कमी होत जाऊन तुमच्या रोज व्यवहारी कामात तुमची कार्यक्षमता वाढू लागेल. आधुनिक वैद्यकशास्त्राने हा शोध लावला आहे की तुमच्या निरनिराळ्या व्याधींची सुरुवात ही तणावपूर्ण मानसिक स्थितीतून होत असते. दररोज ध्यान करण्यास प्रवृत्त झाल्यामुळे तुमचं मन शिथील होत जाऊन या व्याधींपासून तुमचा बचाव होत राहातो. ताण-तणाव विरहित मन हे जास्त स्पष्टतेने विचार करू शकतं व गोंधळून जात नाही. त्यामुळे तुम्हाला हे दिसून येऊ लागेल की तुमची विचारक्षमता ही अधिकाधिक बळकट होत आहे.

हे खरं आहे की, गेली काही वर्षं ज्या काही अनावश्यक गोष्टी व जो काही केरकचरा तुम्ही जमवून ठेवला आहे; तो पृष्ठभागावर येऊ लागेल. पण काळजी करू नका कारण याच प्रकारे ती दुष्टता बाहेर टाकली जाऊन तिची विल्हेवाट लावली जाते.

यामधून पुढे हे होत जाईल की इतर सजीवांबद्दल तुमच्या मनात निरपेक्ष प्रेमाची व दयाबुद्धीची जाणीव निर्माण होईल. जेव्हा कधी तुमचा संबंध एखाद्या सुंदर गोष्टीशी येईल, मग ते एक ताजं टवटवीत फूल असू दे किंवा ते एक हिमाच्छादित पर्वत शिखर असू दे किंवा ते एक एकटं उभं असलेलं जुने झाड असू दे, तुमच्या हृदय केंद्रामध्ये एक उच्च कोटीची रोमांचकारी भावना निर्माण होऊन तुम्हाला दैवी परमानंदाचा अनुभव येईल.

पण खरं म्हणायचं झालं तर या सर्व गोष्टी म्हणजे मिळणारे केवळ किरकोळ

फायदे आहेत. आपलं खरं ध्येय आपण अजून गाठलेलं नाही. त्याच बरोबर ही तंत्रं म्हणजेच आपलं ध्येय आहे; असा गैरसमज करून घेऊ नका. अत्यंत आत्मियतेने ध्यानधारणा करत राहा; जोवर तुमच्या मनावरील सर्व आवरणं दूर होऊन ते निष्कपट होत नाही. मनाची ही स्थिती झाल्यावरच त्या प्रदूषण विरहित, तेजस्वी, ज्याला कोणी नष्ट करू शकत नाही, अशा त्या 'स्व'त्वरूपी निखळ परमानंदी जाणिवेची अनुभूती तुम्हाला प्राप्त होईल.

५

अनुषंगिक गोष्टी

एखादा माणूस रोज दोन वेळा किंवा पाच वेळा ध्यान करत असेल तर ते पुरेसं आहे का? नाही! तेवढंच पुरेसं नाही. धार्मिक वृत्तीच्या एखाद्या माणसाचं आचरण कसं असावं, याविषयी खूप प्राचीन काळातच ऋषी-मुनींनी काही नियम घालून दिलेले आहेत. काही समारंभ व विधी हे त्यांच्यातील क्लिष्टतेमुळे जर निरुपयोगी वाटले तर ते सोडून दिले तरी चालतील. पण आचरणाविषयी नियमांचा नीट अभ्यास करून ते शक्य तेवढे आचरणात आणले पाहिजेत, कारण त्यामुळे ध्यानधारणेतील तुमची क्षमता वाढत जाऊ लागते.

काही 'यम' म्हणजे कोणत्या गोष्टी कराव्यात व 'नियम' म्हणजे कोणत्या गोष्टी करू नयेत; हे नंतर सांगतो. साधना करणारा इच्छुक कोणत्याही धर्माचा असू देत, सर्वांना हे सारखेच लागू आहेत.

- चोरी करू नये.
- कोणाला ठार करू नये.
- खोटं बोलू नये.
- हिंसा करू नये.
- व्यभिचार करू नये.
- मादक द्रव्यांचं सेवन करू नये.
- आहार मर्यादित स्वरूपात असू देत, खादाडपणा करू नये.
- रोज एकदा तरी किंवा जमल्यास दोनदा तरी प्रार्थना व ध्यानधारणा करावी.
- आपले आई-वडील व गुरुजनांचा आदर करावा.
- शेजाऱ्यांशी प्रेमभावना बाळगावी.
- साधं जीवन जगत राहावं.

तुमच्या हे लक्षात येईल की, या सर्व शिकवणींचं पालन केलं तर मनःशांती

मिळण्यास त्याचा खूप उपयोग होतो. तुम्ही जर चोऱ्या करत असाल तर कधीतरी आपण पकडले जाऊ ही भीती तुम्हाला वाटत राहाते. असं हे भीतियुक्त मन शांत व ध्यानात्मक कसं होईल?

तुम्ही जर एखाद्याला ठार केलंत तर त्याची बरीच शक्यता ही राहाते की, कोणीतरी तुम्हालाही ठार मारेल. एकमेकांचे शत्रू एकमेकांना जिवे मारत राहातात ही हिंसक संस्कृती म्हणजे प्रत्येकाच्या मनात खोलवर असलेल्या एका आजाराचं लक्षण आहे. शर्यत जिंकण्यासाठी दुसऱ्याचा जीव घेणे हे जरी गरजेचं असलं तरी कोणीही थोडं थांबून या वस्तुस्थितीचा विचार करतं का, की सर्व आनंद व परिपूर्तता ही बाहेर कुठंही नाही तर खुद्द आपल्या हृदयातच वसत असते? आशीर्वादित परमानंद तुमच्यात आहे; तोच माझ्यातही आहे. आपण शांतिपूर्ण अवस्थेत ध्यान करत राहून त्या आनंदाशी संपर्क ठेवला पाहिजे.

तुम्ही जर का एकदा खोटं बोललात तर ते खोटं लपवण्यासाठी तुम्हाला पुनःपुन्हा खोटं बोलत राहावं लागेल व हे दुष्टचक्र चालूच राहील. तुम्ही खोटेपणाचे एक जाळं विणता व ते तुटू नये म्हणून आणखीन खोटं बोलत राहता. हे सर्व या थराला जातं की तुम्ही तुमच्याच थापांवर विश्वास ठेवू लागता.

अशा माणसाला मनःशांती कुठून मिळणार? तेव्हा या सर्व गोष्टी फेकून द्या व शांततामय असलेलं एक पारदर्शक जीवन जगायला सुरुवात करा. तुम्हाला काही गैरसोयीच्या गोष्टी अनुभवायला लागतील, पण तुमचा जो मोठा फायदा होईल, त्याच्या तुलनेत या गोष्टी म्हणजे काहीच नाही.

आता व्यभिचाराकडे वळू. त्या सूक्ष्म व उच्च जाणिवेच्या अवस्थेत पोहोचण्यासाठी मनाचं प्रगत होत राहणं; याचा आध्यात्मिक प्रगतीशी संबंध आहे. स्थूलमानाने विचार केला तर जाणिवेची ही केंद्रं भूक व मैथुन यांच्याशी निगडित आहेत. यात गैर असं काहीच नाही, गैर हे आहे की मैथुनाकडे आपलं जास्त लक्ष असतं, कारण त्यात मिळणारा आनंद हा खूप अविस्मरणीय असा असतो, भले तो क्षणिक का असेना पण आपण त्यात स्वतःला विसरून जातो.

जेव्हा आपण त्या सूक्ष्म जगात प्रवेश करतो; तेव्हा आपलं लक्ष हे आपण निम्न स्तरावर असलेल्या लैंगिक सुखाच्या केंद्रापासून उच्च पातळीवर असलेल्या आध्यात्मिक समाधानाच्या केंद्रांकडे वळवायला हवं.

एखाद्याचं मन संभोगासंबंधीच्याच गोष्टींपाशी फिरत असेल तर त्याला हे शक्य होत नाही. तेव्हा संभोगाच्या बाबतीत मर्यादित भर देण्यात आला आहे. एक आदर्श

व्यक्ती स्वातंत्र्याच्या नावाखाली सदासर्वदा संभोगक्रियेच्या शोधात भटकत राहात नाही; कारण यांमुळे गुप्तरोग, एड्स, इतर शारीरिक व मानसिक आजारांना ती बळी पडते. ती व्यक्ती हे संभोगाचं पछाडलेपण हळहळू दूर करत यात खर्च होणाऱ्या ऊर्जेचा उदात्त भावनांच्या वाढीसाठी वापर करू लागते, तेव्हा त्याच्या जाणिवा या त्या सर्वोच्च अस्तित्वाच्या जवळ पोहोचू लागतात.

शरीराच्या वरील भागात असलेल्या, उदाहरणार्थ हृदय केंद्रामध्ये (अनाहत चक्रात!) त्याला असा काही परमानंद जाणवतो की, जो संभोगक्रियेतून मिळणाऱ्या आनंदाहून हजारोपटींनी अधिक शक्तिशाली असतो. यामुळेच सिद्ध अशा योगींना संभोगातून मिळणाऱ्या आनंदाची गरजच उरत नाही.

असा माणूस वेगवेगळ्या गोष्टींवर अवलंबून असलेल्या संभोगक्रियेत भाग घेईल अथवा घेणारही नाही; पण तो कधी व्यभिचारी बनू शकतो का?

अन्नाच्या विषयाचाही संभोगक्रियेशी घनिष्ट संबंध आहे. स्वच्छंदपणे भरकटणारे मन ताब्यात ठेवण्याचा उत्तम मार्ग म्हणजे कधी कधी उपवास करणं. आध्यात्मिक योगशास्त्राचा अभ्यासक असलेल्या योगी माणसाने त्याच्या प्रयत्नांमध्ये प्रगत होण्यासाठी सर्व गोष्टी या मर्यादित स्वरूपात ठेवायला हव्यात. लक्षात ठेवा! 'मर्यादा' हा कळीचा शब्द आहे.

गीतेत या गोष्टीचा थोडक्यात उल्लेख केला आहे. 'हा योग अशा माणसासाठी नाही की जो भरपूर खातो किंवा अगदी कमीही खातो, जो झोपा काढतो किंवा कमी झोपतो.' यात सर्वकाही आलं.

हे खरं आहे की शाकाहारी अन्न हे विशेषतः सुरुवातीला ध्यानधारणेसाठी उपयुक्त ठरतं. तसंच हेही खरं आहे की, ते इतकं चविष्टं व मसालेदार करता येतं की ज्यामुळे आळशीपणा वाढतो व तो ध्यानात एक अडथळा होऊन बसतो.

'काही लोक इतकं तुडुंब खातात व वर हा दावाही करतात की, जोवर ते शाकाहारी जेवण आहे तोवर काही हरकत नाही.' हे मात्र नक्की की खादाडपणा ही सात्विक वृत्ती नसून तिला 'तामसीवृत्ती' म्हणतात.

तुम्ही काय खाता किंवा काय खात नाही या विचाराने पछाडून जाऊ नका. स्वामी विवेकानंदांनी या वैशिष्ट्याला 'स्वयंपाक घराचा धर्म' असं म्हटलं आहे. जे पोषक आहे व ज्याची शरीराला गरज आहे असं अन्न खा. जरूर भासल्यास वैद्यकीय सल्ला घ्या; पण एका मर्यादेत खा.

तुम्हाला न आवडणारं अन्नं खाणारा कोणी दिसला तर तो अज्ञानी आहे किंवा

आध्यात्मिक दृष्ट्या तो मागासलेला आहे, असं मात्र समजू नका.

हे आठवा की स्वामी विवेकानंद हे मांसभक्षण करत व महान संत रामकृष्ण यांना मासे आवडत असत. तेव्हा ते मांस-मासे खात होते म्हणून तुम्हीही खायला पाहिजे असंही नाही. जरा स्वतःच्या सामान्य ज्ञानाचा वापर करा.

इतर अनेक मुद्द्यांपासून विभक्त असलेला शाकाहारीपणा हे काही साधुत्वाचं लक्षण नसतं. हिटलर हा शुद्ध शाकाहारी होता, तो अंडंही खात नसे, तो काय साधुसंत होता? हजारो ज्यू लोकांना त्याने गॅस चेंबरमध्ये पाठवलं होतं ना?

येणाऱ्या गोष्टींबद्दल बोलायचं झालं त्यांच्यापासून आपण स्वतःला दूर का ठेवावं हे समजण्यासाठी एखाद्याकडे प्रचंड बुद्धिमत्ता असायची गरज नसते. जी गोष्ट आपला समतोल बिघडवते, जी गोष्ट प्रमाणबद्धतेची व निवाडा करण्याची आपली मानसिक क्षमता घालवते तिचा त्याग करणं हे योग्य ठरतं.

तुमची तर्कशक्ती हे एक मोठं उपयुक्त असं साधन आहे. व्यसनांमुळे शारीरिक व्याधी या जडपणाचा आणि दारुडेपणाचा किंवा इतर नशांचा शाप लागून हे उपयुक्त साधनही दिवसेंदिवस नष्टं होत जातं. दारूचं व्यसन लागलेला किंवा मादकद्रव्यांचं सेवन करणारा, स्वतःची क्षमता खूप आहे असं समजून घोडचुका करून बसतो.

रस्त्यावर होणाऱ्या अपघातांमधील अनेक अपघात हे दारू पिऊन वाहने चालवण्यामुळे झालेले असतात. दारू किंवा इतर मादकद्रव्यांच्या सेवनाने झालेला फसव्या आनंदाची व आपण अतिमहत्त्वाचे आहोत; या भ्रमाची परिणिती शेवटी नैराश्यात होत असते. व्यसनी माणसाला विचारा की त्याची नशा उतरत असताना काय भयंकर परिस्थिती असते, तो ती नशा सोडण्याचा लगेच निर्णही घेऊन टाकतो. पण काही वेळानंतर तो पुन्हा त्या नशेत जाण्यासाठी उत्सुक असतो. व्यसनाधीनता ही एक प्रकारची शारीरिक व मानसिक गुलामगिरीच असते; मग ती दारू असो वा मादक द्रव्यं असोत. या दोघांपैकी मादक द्रव्यं ही जास्त धोकादायक असतात कारण त्यामुळे मेंदूची होणारी हानी ही कायम स्वरूपाची असते.

कोणी म्हणेल, 'ठीक आहे! याचा अर्थ असा आहे का की जीवनात ज्या गोष्टींपासून आम्हाला आनंद मिळत आहे; त्या सर्व आम्ही सोडून द्यायला हव्यात का? आम्ही जर कधीमधी दारू घेतली नाही तर आमची दुःखं व या जगतातील आमच्या चिंता कशा मिटणार? हे जर आम्ही केलं नाही तर आम्ही जास्त निराश व हिंसक होऊ. या गोष्टीच्या व्यतिरिक्त जाणिवेत बदल होईल, अशी दुसरी कोणतीच गोष्ट आम्हाला माहीत नाही.'

थांबा! एक मिनिटभर दम खा! या जीवनातील सर्वच काही आनंददायक गोष्टी तुम्ही सोडत नाही आहात. तुम्ही केवळ या शुल्लक आनंददायी गोष्टींच्या बदल्यात तुमचं हृदय काठोकाठ भरवणारा हा दुसरा आनंददायी झरा मिळवणार आहात. हा झरा जेव्हा वाहू लागेल, तेव्हा तुमची काही तक्रारच उरणार नाही.

याच बरोबर दुसरी गोष्ट म्हणजे तुम्ही तुमच्या रोजच्या पेयाच्या ऐवजी आत्तापासूनच काही दुसरी गोष्ट पिण्यास सुरुवात करा. हे दुसरं अलौकिक पेय म्हणजे परमेश्वराचं नामस्मरण करणं, त्याच्या प्रती प्रेमभावना ठेवणं, त्याची भजने गाणं, निरनिराळी वाद्य वाजवणं किंवा त्याच्या समोर भक्तिभावाने नाचणं. मीराबाईची विरह गीतं किती गोड आहेत! तिच्या तंबोऱ्याचा ध्वनी किती स्वर्गीय आहे! भक्तिगीतांमध्ये तुम्ही चिंब भिजून जा व पाहा की ती तुम्हाला जाणिवेच्या उच्च पातळीवर पोहोचवतात की नाही. एकदा का तुम्ही या भक्तिरसाची चव घेतली की तुम्हाला सामान्य दर्जाच्या इतर नशांना स्पर्शही करावासा वाटणार नाही.

पण मी तुम्हाला सतर्कही करतो. हे संगीत शुद्ध स्वरूपातील हवं. त्यांतून फुटकळ मनोरंजनाची निर्मिती होता कामा नये. त्याच बरोबर संगीत हे शेवटाकडे नेणाऱ्या इतर अनेक मार्गांपैकी केवळ एक मार्ग आहे. हे विसरू नका की अंतिम ध्येय म्हणजे त्या दैवी प्रियकराशी मिलन हे आहे. याला कोणी असंही म्हणेल की, 'खाणीतून काढलेली धातूमिश्रित माती चाळून सोन्याचे कण वेगळं काढणं.'

आता प्रश्न उरतो तो इतर कामांचा. चोवीस तास कोणी ध्यान लावून बसू शकणार नाही किंवा धार्मिक गोष्टी करत बसू शकणार नाही. याला काही अपवादही आहेत पण आपण सामान्य पातळीवर बोलत आहोत. तेव्हा तुम्ही रोजीरोटी कमावण्याच्या व प्रार्थनेच्या वेळातून काही मोकळा वेळ मिळाला तर तुमच्या बरोबरच्या माणसांसाठी काही ना काहीतरी करत राहा. जो काय मूर्त स्वरूपातील देव दिसू शकतो; तो देव म्हणजे हीच माणसं आहेत. त्यांची सेवा करा व सेवा करण्याची ही संधी त्यांनी तुम्हाला दिली याबद्दल त्यांचे आभार माना.

यातूनच तुमची आध्यात्मिक प्रगती होत राहील. तुम्ही त्यांचे कृतज्ञ राहा, ते तुमचे नाहीत. कधीतरी एखाद्या उपाशी माणसाला खायला घाला व मग पाहा की जेव्हा त्या दिवशी तुम्ही ध्यान करू लागता; तेव्हा त्या दैवत्वाशी संपर्क होणं, हे किती सोपं होतं.

काल कोणीतरी मला विचारलं, "सर, ध्यानधारणा चालू करण्यापूर्वीच या सर्व नीतिनियमांच्या सरावात पारंगत होणं आवश्यक आहे का?"

"सर, हे पूर्णपणे अशक्य आहे. ध्यानधारणा चालू करण्यापूर्वीच पूर्णत्वाला कोणीच पोहोचू शकत नाही."

वस्तुस्थिती ही आहे की नैतिक नियमांचं पालन करत राहाणं व ध्यानधारणा या दोन गोष्टी एकमेकांना पूरक ठरतात. आजपासूनच ध्यानाला सुरुवात करा, ते पुढे ढकलत जाऊ नका. याचबरोबर तुमच्या क्षमतेनुसार यम-नियमांचे पालन करत राहा.

जसजसं तुमची प्रगती होत जाईल तसतसं नैतिकतेतील पूर्णत्वही तुम्हाला प्राप्त होत जाईल व तुमचं ध्यानही उत्तम प्रकारे लागेल. असं होत-होत तुम्ही तुमचं अंतिम ध्येय गाठाल. हे होईपर्यंत अपूर्णतः ही राहाणारच. तेव्हा काळजी करू नका. जेव्हा केव्हा एखाद्याला समजून चुकेल की अस्तित्वात असलेलं हे सर्वकाही म्हणजे केवळ 'स्व'च आहे तेव्हा स्वार्थीपणा हा पूर्णतः नष्ट झालेला असेल. ही सर्व अनैतिकता या स्वार्थीपणातूनच उगम पावत नाही का? जसजसं तुम्ही या आशीर्वादित 'स्व'च्या जवळ जाऊ लागता, तेव्हा अनैतिकतेने वागण्याची गरजच संपून जाईल. तोवर जमेल तेवढं सत्कृत्य करत राहून प्रेमाने द्वेषावर विजय मिळवा.

६

परमभक्त

या सर्व सूचना सर्वांना लागू होत असतात तेव्हा एक अपवादही असतो, एक परमभक्त किंवा एक प्रियकर. तो किंवा ती परमेश्वराविषयीच्या एका उत्कट प्रेमात अशी अडकते की त्या सुदैवी आत्म्यांच्या बाबतीत या सूचना किंवा हे नियम लागू ठरत नाहीत.

ध्यानधारणा, आहार, धार्मिक पालन, चालीरीती, कर्तव्ये व जबाबदाऱ्या हे सर्व विषय या अशा लोकांच्या बाबतीत उरलेले नसतात. हा माणूस या सर्व जगाला वाऱ्यावर उधळून (जगाची फिकीर न करत.) परमेश्वर प्राप्तीसाठी झुरत बसतो. परमेश्वरापासूनची (त्याच्या प्रियकरापासूनची!) त्याची विभक्ती त्याला असह्य होऊन या उत्कट इच्छेपोटी तो वेडा होऊन जातो. त्याला इतर कशाचंही भान उरत नाही. एकदा का तो परमेश्वर अवतरतो; तेव्हा ही व्यक्ती त्याला नमस्कारही करत नाही. प्रिय व प्रियकर हे दोघं एकमेकांच्या त्या दैवी प्रेमपूर्ण आलिंगनात अडकून पडून ते एकमेकांत इतके विलीन होतात की, दोघांमधील वेगळेपण ओळखूच येत नाही.

पण, एक सावधानतेचा इशारा. अशा व्यक्तीची नक्कल करण्याचा जराही प्रयत्न करू नका. त्याच बरोबर नकलीपणापासून स्वतःला वाचवा. निस्वार्थीपणा हे या सच्चा प्रियकराचं, परमभक्ताचं खरं लक्षण असतं. जर कोणी मी असा आहे असं नाटक करत असेल व त्याच्यामध्ये जराशीही स्वार्थीपणाची छटा दिसली तर त्याच्यापासून दूर व्हा.

खरा परमेश्वरभक्त हा दुर्मीळ असतो व जिथं कुठं तो असेल तिथं त्याच्यातून आध्यात्मिकतेचा प्रवाह वाहत राहतो व त्यामुळे अनेक जणांना लाभ होतो. असं असूनही या अशा व्यक्ती कोणाचा गुरू होण्यास नकार देतात, कारण ते सदासर्वदा त्या दैवी प्रेमातच गुंतून पडलेले असतात.

या वादळी परिस्थितीतून पुढे जात जे उच्चपदाला पोहोचतात त्यांच्यापैकी खूप थोडे जण 'इतरांना शिकवा' या परमेश्वराच्या आज्ञेनुसार त्यांची मने रोज व्यवहारी जाणिवात परत आणतात. असे गुरूही महान व त्यांचे शिष्यही महान.

पण पुन्हा एकदा मी तुम्हाला सावध करतो. मानसिक तोल ढळलेली व काही वेडी माणसं आम्ही परमभक्त आहोत, असं दाखवत राहतील. पण काळजी घ्या. ज्ञानाचा अभाव, स्वार्थीपणा व लालसा ही भोंदूभक्तांची व वेड्यांची स्पष्ट लक्षणं आहेत.

पण 'ऋषी-मुनी', 'ज्ञानयोगी' व 'राजयोगी' यांची गोष्ट वेगळी आहे. ते नेहमी शांत, अविचल व स्थिरचित्त असतात आणि एक शब्दही न उच्चारता ते शिकवू शकतात. शांतपणे शिकवत राहात, ते त्यांची ऊर्जा तुमच्यामध्ये प्रसारित करतात जिच्यामुळे तुमच्या हृदयाची व विचारधारेची सफाई होऊन परमानंद हे ज्याचं सार आहे, अशा दैवीपणाकडे तुम्ही उन्नत होत जाता.

७

गुरू

गुरूचं आगमन वेळ परिपक्व झाल्यावर होतं. हिमालयात जाऊन त्याचा शोध घेण्याची गरज नसते. एखादे वेळेस तो तुमच्या शेजारीही राहात असेल व तुम्हाला त्याचा पत्ता नसेल. तुमचं अज्ञान व तुमचा अहंकार यांच्या संमिश्रतेमुळे तो गुरू लपून राहिलेला असतो.

तुम्ही एक प्रामाणिक साधक असाल, तुमच्या जीवनाचं एकमेव ध्येय 'स्व'ला ओळखायचं हे असेल, जर तुम्ही सातत्याने ध्यान करत असाल व जर तुम्ही मार्गदर्शन मिळावं म्हणून प्रार्थना करत असाल तर गुरू स्वतःहून तुमच्याकडे येईल.

तुम्ही त्याला ओळखाल किंवा ओळखणारही नाही, तो आपला शांतपणे तुम्हाला मार्गदर्शन करत राहील. परमेश्वर हाच खरा गुरू आहे; जो भक्ताला मार्गदर्शन करण्यासाठी वेगवेगळी रूपं घेतो. एखाद्याचा गुरू म्हणून स्वीकार करण्यापूर्वी त्याची नीट परीक्षा करा. त्याच्यामध्ये वासना व स्वार्थीपणाचा लवलेश जरी आढळला तर तो उच्चपदस्थ नाही हे समजा. त्याला पूर्णपणे जोखून घ्या व धीरही ठेवा. बऱ्याच वेळेला गुरूकडून होणाऱ्या कृतींमुळे व काही गूढ वागणुकीमुळे आपला गैरसमज होतो त्यामुळे घाई करू नका. त्याच्या कृतींमागील उद्देश समजून घेतल्याशिवाय त्याची परीक्षा करू नका.

पूर्ण परीक्षेअंती तुम्ही निश्चित ठरवल्यावरच मोठ्या आदराने त्या गुरूला माझा शिष्य म्हणून स्वीकार करावा, अशी विनंती करा. त्याने जर तुमचा स्वीकार केला तर तुम्ही सुदैवी आहात कारण सच्चा गुरूला शेकड्याने शिष्य गोळा करण्याची आवड नसते. क्वचितच तो गुरू होण्यास मान्यता देतो.

सर्वच बाबतीत मार्गदर्शक हा आवश्यक असतो; कारण ही तुमची सफर एका अनोळख्या अशा भागातून होणार असते. ज्यांना कुणी मार्गदर्शकच नव्हता, अशा अतिप्रगत व्यक्ती तुम्हाला या मार्गावर भेटतील. पण अशा व्यक्ती फार दुर्मीळ

असतात. दुसरी गोष्ट ही की जरी त्यांचा मानवी रूपातील कुणी मार्गदर्शक नसला तरी परमेश्वर हा स्वतःच त्यांचं मार्गदर्शन करत असतो. त्यांच्या गरजा पुरवत असतो.

त्यांच अनुकरण करू नका कारण ही माणसं एका वेगळ्याच श्रेणीतील असतात. इतकंच काय आपल्या गुरूचंही अनुकरण करू नका; कारण तुम्ही म्हणजे ते नाहीत. त्यांच्या शिकवणीनुसार व सूचनांनुसार वागत राहा; जेणेकरून तुम्ही तुमच्या स्वतःच्या मूळ रूपात एक गुरू म्हणून समोर याल. तुम्ही आपल्या गुरूची सावली किंवा छापाचा गणपती बनणार नाही.

गुरू हा तरुण, वृद्ध, पुरुष, स्त्री, काळा वा गोरा यांपैकी कुणीही असू शकतो. बाह्य रूपात काही नसतं. त्याची अंतस्थ आध्यात्मिकता ही महत्त्वाची असते. त्याने जर ठरवलं तर तो वासनांनी लडबडलेलं तुमचं हृदय स्वच्छ धुऊन काढतो व तुम्हाला मुक्त करतो.

तुम्हाला असाच एक गुरू मार्गदर्शक म्हणून लाभो!

ध्यानधारणा
परमानंदाचे आमंत्रण

"केवळ पुस्तकांमधून मिळवलेलं ज्ञान, खरं म्हणजे सर्वच सैद्धांतिक ज्ञान हे त्याच्या जागी महत्त्वाचं असलं तरी ते प्रत्यक्ष अनुभवातून समजून घेतल्याशिवाय फारसं उपयोगी पडत नाही"

"या प्रत्यक्ष अनुभवातून प्राप्त केलेलं ज्ञान आपल्या अंतस्थ गाभ्यापर्यंत पोहोचतं व बाह्य टरफलं फेकून दिली जातात."

"या अंतर्गत ज्ञानप्राप्तीसाठी ध्यानधारणेची जरुरी असते व ते योग्य व परिपूर्ण अशा गुरूकडून प्रत्यक्ष शिकून घेणं हे योग्य असतं" – 'एम'

'एम' यांच्या मतानुसार असं काही एक सामान्य सूत्रं असू शकत नाही की जे सर्वांसाठी उपयोगी ठरेल. गुरूच्या सल्ल्यानुसार; आपल्या शारीरिक व मानसिक क्षमतेनुसार आणि आपल्या पूर्वस्थिती व तयारीनुसार ध्यानाचं कोणतं तंत्र आपल्याला योग्य ठरेल हे समजून घेणं महत्त्वाचं आहे.

उदाहरण द्यायचं झालं तर, एखाद्याला शिव-मंत्राची आवश्यकता असेल तर दुसऱ्याला विष्णू-मंत्राची किंवा सूफी दैवताच्या नावाच्या मंत्राची जरुरी असेल. आणखी असं की, एखाद्याचा भक्तियोगाकडे तर दुसऱ्याचा राजयोगाकडे कल असेल.

यासाठी गुरूशी प्रत्यक्ष संपर्क असणं महत्त्वाचं आहे. एखादा गुरू तुमच्या आध्यात्मिक प्रगतीचा वेगही वाढवू शकतो.

प्रत्यक्ष मुलाखतीनंतरच 'एम' हे एखाद्या व्यक्तीला दीक्षा देतात.

सत्संग प्रतिष्ठान

"तुम्ही एखाद्या कमनशिबी माणसाला कोणत्याही प्रकारे भौतिक स्वरूपातील असो वा आध्यात्मिक स्वरूपातील मदत करता, तेव्हा तुम्ही त्याच्यावर उपकार करत नसता. खरं म्हणजे तुमच्याकडून त्या मदतीचा स्वीकार करून तोच तुम्हाला उपकृत करत असतो, कारण या मदतीमधून तोच तुमची प्रगती होण्यात मदत करतो; ज्यायोगे तुम्ही त्या दैवी परमानंदी 'स्व'त्वाच्या जवळ जाऊ लागता; जे 'स्वत्व' तुमच्यात व इतर सर्वांमध्ये वास करत असतं."

सत्संग प्रतिष्ठानची स्थापना करणाऱ्या व मार्गदर्शक या नात्याने वेदान्तातील संदेश सर्वत्र पोहोचवण्याचं काम करणाऱ्या मुमताझ अली म्हणजे 'एम' यांचं ध्येयकार्य हेच आहे.

आपल्या नावाशी निष्ठा राखणारे 'सत्संग प्रतिष्ठान' म्हणजे आपल्या गुरूच्या मार्गदर्शनाखाली सत्याच्या शोधात एकत्र आलेल्या मंडळींचं एक संघटन आहे.

अशा प्रकारे, ज्यांना या विषयात रुची आहे, त्यांना स्वतःचे अनुभव सांगणारे मुमताझ अली वेदांतावर व्याख्याने देतात, चर्चा घडवून आणतात, ध्यानाची शिकवण देतात, शांती व स्थैर्यासाठी योगशास्त्रं शिकवतात आणि धर्मादाय कामांना उत्तेजन देतात. अशा प्रकारचे कार्य करत आध्यात्मिक प्रवासाला निघालेल्या लोकांना ते मदत करत राहातात.

तुम्ही आणखी काही तपशीलासाठी श्री एम यांच्याशी संपर्क साधू शकता.

सत्संग फाउंडेशन

क्रमांक ९, वेबस्टर रोड, कॉक्स टाऊन,

बंगलोर ५६०००५

ई-मेलः satsangoffice@gmail.com

ज्याला या जीवनाचा उद्देश समजला आहे, अशा माणसाला भेटून मोठ्या भक्तीने व आदराने त्याला प्रश्न विचारा, तो तुम्हाला हे ज्ञान प्रदान करेल. त्याच्या सूचनांचं जर तुम्ही पालन करत राहाल, तर तुम्ही कधीही मोहात पडणार नाही. स्वतःसकट सर्व प्राणिमात्रांना तुम्ही माझ्यामध्ये पाहाल.

– **भगवद्‌गीता ४.३४-३५**

सं वो मनांसि जानताम्

"आपण सर्व मिळून एकसाथ चालू या, एकसाथ बोलू या आणि आपल्या सर्वांची मने एकसारखी असोत!"

सकाळ प्रकाशनाची इतर पुस्तके

श्री एम यांची पुस्तके

- शून्य
- निरंतर सफर
- हिमालयवासी गुरूंच्या योगी शिष्याचे आत्मकथन
- विस्डम ऑफ द ऋषीज (ऋषींचे प्रज्ञावैभव)
- ज्वेल इन द लोटस (कमळातील रत्न)
- योगा ऑल्सो फॉर द गॉडलेस
  (नास्तिकांनाही उपयोगी ठरणारे योगशास्त्र)
- द होमकमिंग अँड द अदर स्टोरीज
  (पुनश्च स्वगृही आणि इतर कथा)
- द फ्रेंड : मन, शरीर, आत्मा व स्वास्थ्य

www.ingramcontent.com/pod-product-compliance
Lightning Source LLC
Chambersburg PA
CBHW031353230926
51848CB00002B/506